வே. வசந்தி தேவி

தமிழ்நாட்டின் முக்கியமான கல்வியாளர்களில் ஒருவரான முனைவர் வே. வசந்தி தேவி அயராத செயல்பாடுகளுக்குப் பேர் போனவர். மனோன்மணியம் சுந்தரனார் பல்கலைக்கழகத் துணைவேந்தராக அவர் பணியாற்றிய காலகட்டம் துணைவேந்தர்களுக்கான முன்னுதாரணத் தருணங்களில் ஒன்று. தமிழ்நாடு மாநில மகளிர் ஆணையத் தலைவர், தமிழ்நாடு திட்டக்குழு உறுப்பினர், மனித உரிமைகள் கல்வி நிறுவனத் தலைவர், சென்னை வளர்ச்சி ஆராய்ச்சி நிறுவனத் தாளாளர் என்று எடுத்துக்கொண்ட பணிகளில் எல்லாம் தன்னாலான காரியங்களைச் செயலாக்கியவர். கல்வி உரிமை, மனித உரிமை, விளிம்புநிலைச் சமூகங்களின் மேம்பாடு, பெண் விடுதலை, சூழல் பாதுகாப்பு என்று பல தளங்களிலும் பணியாற்றினாலும், அவரது ஆதார மையம் பொதுக் கல்விக்கான தேட்டம்.

மக்கள் மயமாகும் கல்வி

வே. வசந்தி தேவி

எதிர்
வெளியீடு

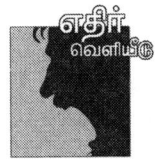

மக்கள் மயமாகும் கல்வி
வே. வசந்தி தேவி

முதல் பதிப்பு: ஜனவரி 2024

எதிர் வெளியீடு
96, நியூ ஸ்கீம் ரோடு, பொள்ளாச்சி – 642 002
தொலைபேசி: 04259 226012, 99425 11302

விலை: ரூ. 180

Makkal Mayamakum Kalvi
V. Vasanthi Devi

Copyright © V. Vasanthi Devi
First Edition: January 2024

Published by
Ethir Veliyeedu, 96, New Scheme Road, Pollachi – 2
email: ethirveliyedu@gmail.com
www.ethirveliyeedu.com

ISBN: 978-81-19576-92-0
Cover Design: Santhosh Narayanan
Printed at Jothy Enterprises, Chennai.

All rights reserved. No part of this book may be reprinted or reproduced or utilised in any form or by any electronic, mechanical or other means, now known or hereafter invented, including Photocopying and recording, or in any information storage or retrieval system, without permission in writing from the Publisher.

தமிழ் நாட்டின்
கடைசிக் குழந்தைக்கு
சமர்ப்பணம்

உள்ளடக்கம்

அணிந்துரை 07

1. ஜனநாயகம் காப்போம், கல்வி காப்போம் 11

2. தொடுவானம் : நேர்காணல் 17

3. பள்ளிக் கல்வி – உரிமைக்கும், உறவுக்கும் புதிய தளம் 26

4. அரசுப் பள்ளிகளில் கலை வண்ணக் கல்வி 33

5. ஊர் கூடும் மையம் – தேரிழுக்கும் மையம் 37

6. இளைஞரை நம்புவோம் 42

7. தொப்புள் கொடி உறவு – இழக்கலாமா? 48

8. பெண் கல்வி மையங்கள் 52

9. கனவு ஆசிரியர் 56

10. கள்ளக்குறிச்சி: கல்வி மார்க்கெட்டில் குழந்தைகளின் அபயக் குரல் 59

11. பல வகைப்பட்ட பள்ளிகள் கல்வித் துறையின் நிர்வாகப் பொறுப்பிற்கு மாற்றுதல் 65

12. தமிழ் குரலின் மெய்ப்படப்பேசு வலைதள நிகழ்வில் பேசியது 71

13. கோடை விடுமுறையை ஆசிரியர்கள் எப்படி பயனுள்ளதாக மாற்றிக் கொள்வது? 83

14. தமிழ் காக்க... தமிழகம் காக்க 85

15. நாங்குனேரி கொடூரத்தை முன்வைத்து 90

16. தமிழ் நாட்டிற்கு ஒரு கல்விக் கொள்கை 95

அணிந்துரை

தோழர் வசந்தி தேவி அவர்களின் இந்நூலுக்கு ஓர் அணிந்துரை எழுதக்கிடைத்த இவ்வாய்ப்பை நான் பெருமையாகக் கருதுகிறேன். 1985 ஜாக்டீ போராட்ட காலத்தில் சிறைக்குள்ளே அடைக்கப்பட்ட ஆசிரியர் தலைவர்களில் ஒருவராக அவரைப்பற்றிய முதல் அறிமுகம் எனக்குக் கிடைத்தது. பின்னர் அவரே மனோன்மணியம் சுந்தரனார் பல்கலைக்கழகத் துணைவேந்தராக நெல்லைக்கு வந்தபோது அவரை நெருக்கத்தில் பார்க்கும் வாய்ப்புக் கிடைத்தது.

ஒரு கனவுப் பல்கலைக்கழகமாக அதை மாற்றிட அவர் எடுத்து வைத்த முன்னெடுப்புகள் அபாரமானவை. அசாத்தியங்களைச் சாத்தியமாக்கக் கனவு கண்ட மாபெரும் கல்விப்போராளியாக எங்கள் நெஞ்சங்களிலெல்லாம் அவர் இடம் பெற்றார். மக்களையும் கல்வியையும் இணைக்கப் பல திட்டங்களை உருவாக்கினார். "சமூகத்திலிருந்து முற்றிலும் துண்டிக்கப்பட்ட வகுப்பறைகளுக்குள் வெளிக்காற்று உலவ வேண்டும். சாளரங்களைத் திறந்து வைப்போம்" என்கிற அவரது குரல் புதிதாகவும் புத்துணர்ச்சி தருவதாகவும் இருந்தது.

சுந்தர ராமசாமி அவர்கள் தோழர் வசந்தி தேவியுடன் நிகழ்த்திய கல்வி சார்ந்த உரையாடல் தமிழ் அறிவுப்பரப்பில் மிகுந்த கவனம் பெற்றது. கல்விச் செயல்பாட்டாளர் பலருக்கும் வழிகாட்டும் ஒளிவிளக்காக அவரது நூல்கள் அமைந்துள்ளன.

இந்த நூல் முழுதும் விரவிக்கிடக்கும் கருத்துகள் அவரது களச்செயல்பாடுகளின் அனுபவப் பிழிசாறாக மின்னுகின்றன. ஒரு பேராசிரியராக, துணை வேந்தராக, கல்லூரி முதல்வராக, தமிழ்நாடு திட்டக்குழு உறுப்பினராக, தமிழ்நாடு மகளிர் ஆணையத்தின் தலைவராக என்று அவர் வகித்த பொறுப்புகளும் ஒரு தொழிற்சங்கவாதியாக பராம்பரியமிக்க ஒரு குடும்பத்தின்

வழித்தோன்றல் என்கிற இயல்பும் சேர்ந்து மிகத்தெளிவான கண்ணோட்டத்தில் இந்தச் சமூகத்தைப் பார்க்க அவரால் முடிகிறது.

இன்றைய கல்வியின் அடிப்படையான சிக்கல் எங்கே இருக்கிறது எனத் துல்லியமாக அவரால் இக்கட்டுரைகளில் அடையாளப்படுத்த முடிகிறது.

"கல்வி சிறந்த பிற நாடுகள் எல்லாவற்றிலும் பள்ளிகளை அரசுதான் நடத்துகிறது. பகட்டான அலங்காரங்களுடன் மினுக்குகிற தனியார் பள்ளிகள் இங்கு நம் நாட்டில்தான் ஆட்டம் போட்டுக் கொண்டிருக்கின்றன" என்கிற கருத்தைப் பல கட்டுரைகளில் அழுத்தமாகக் கூறுகிறார். ASER அறிக்கை தமிழகப்பள்ளி மாணவர்களின் தரம் பற்றிக் கூறியதைக் கவலையுடன் முன்வைக்கிறார். "9ஆம் வகுப்பு மாணவருக்கு 7ஆம் வகுப்புத் தகுதியே இருக்கிறது. 5ஆம் வகுப்புக் குழந்தைகளுக்கு இரண்டாம் வகுப்பு மாணவருக்கான கற்றல் திறனே வாய்க்கப்பெற்றுள்ளது" என்பது போன்ற ஆய்வு முடிவுகளைக் கவலையுடன் நம்முடன் பகிர்கிறார்.

அரசுப்பள்ளி ஆசிரியர்கள் மீதான விமர்சனமாக மட்டுமல்லாமல் அவர்களது கடமைகளை நினைவூட்டுவதாகவும் பல கட்டுரைகள் அமைந்துள்ளன. அருகாமைப் பள்ளிக்கான கோரிக்கை மாணவர் நலன் கருதி மட்டுமல்ல. ஆசிரியர் நலன் கருதியும்தான். பள்ளி முடிந்த பிறகும் ஓரிரு மணி நேரம் குழந்தைகளோடு இருந்து உரையாட, ஆசிரியருக்கும் அருகமைப்பள்ளிகள் தேவை.

அமர்த்தியா சென் சீனா சென்றிருந்த போது அங்கு இந்தியக்கல்வி முறையின் பிரிக்க முடியாத பகுதி ஆகிவிட்ட மாலை நேர டியூசன் பற்றி விளக்கியிருக்கிறார். சீனர்களால் அதைப் புரிந்து கொள்ளவே முடியவில்லையாம். "பள்ளியில் படித்த அதே பாடத்தை மீண்டும் வந்து ஏன் படிக்க வேண்டும்? ஒரு குழந்தைக்கு எதன் மேல் இயல்பான ஈடுபாடு உள்ளதோ அதற்கான பயிற்சிகளை அந்த மாலை நேரத்தில் சொல்லிக் கொடுக்கலாமே" என்று கேட்டார்களாம். 'தொடுவானம்' நேர்காணலில் தோழர் வசந்தி தேவி இதைக் குறிப்பிடுகிறார். நம் கல்வி முறையின் மீது விழும் சாட்டையடியாக இக்கேள்வியிருக்கிறது.

"ஜனநாயக நாட்டின் பிரச்சனைகளுக்குத் தீர்வு ஜனநாயகத்தை ஆழப்படுத்துவதுதான். அதிகாரத்தைப் பரவலாக்குவதுதான்"

என்று குறிப்பிடும் அவர் கல்வி அமைப்புக்கும் இது முழுமையாகப் பொருந்தும் என்பதில் ஆழ்ந்த நம்பிக்கை கொள்கிறார்.

இந்த உணர்விலிருந்தே அவர் தமிழ்நாடு அரசு அறிமுகம் செய்துள்ள 'இல்லம் தேடிக்கல்வி' மற்றும் 'பள்ளி மேலாண்மைக்குழு' இரண்டையும் மிகுந்த நம்பிக்கையோடு வரவேற்கிறார். இத்தொகுப்பின் இரண்டு மூன்று கட்டுரைகளில் இவ்விரு திட்டங்களையும் கல்வியை ஜனநாயகப்படுத்தும் முக்கியமான முன்னெடுப்புகள் என்று கரவொலி எழுப்பி வரவேற்கிறார். அவருடைய நம்பிக்கை பொய்த்துப் போய்விடக் கூடாதே என என் மனம் லேசாகப் பதைக்கிறது.

அரசுப்பள்ளிகளில் அறிமுகப் படுத்தப்பட்டுள்ள கலை வண்ணக் கல்வியின் மீதும் அபார நம்பிக்கை கொண்டு வரவேற்று எழுதுகிறார். "மார்க்கின் மகிமையும் மார்க்கெட்டின் மகிமையுமே கல்வி என்ற ஒற்றைச் சூத்திரம் மீறப்பட வேண்டும்" என்று அவர் கொதித்துச் சொல்லும் வார்த்தைகளை நாமும் பலமாக ஆமோதிக்கிறோம். ஊர் கூடும் மையங்கள் குறித்து ஒரு பெருங்கனவை விரிக்கிறார். அறிவொளி இயக்க காலத்தை நினைவூட்டும் கனவு அது.

தாம் படித்த அரசுப்பள்ளியை முன்னாள் மாணவர்கள் தத்து எடுத்துக்கொண்டு பள்ளிகளின் உட்கட்டமைப்பு வசதிகளைச் செய்து கொடுக்க வேண்டும் என்கிற தமிழ்நாடு அரசின் புதிய திட்டம் எவ்வளவு முக்கியமானது என்பதை விளக்கியும் வரவேற்றும் ஒரு கட்டுரை இத்தொகுப்பில் உள்ளது.

கள்ளக்குறிச்சி மாணவி ஸ்ரீமதியின் மரணம் மற்றும் நாங்குநேரி மாணவர் சின்னத்துரை மீதான கொலை வெறித்தாக்குதல் ஆகிய இரு கொடூர நிகழ்வுகள் பற்றியும் எழுதப்பட்டுள்ள இரு கட்டுரைகளும் ஒரு முழுமையான பார்வையை நமக்குத் தருகின்றன.

மக்கள் மயக்கல்விக்காகத் துடிக்கும் ஓர் இதயத்தின் ராகங்களாகவே இக்கட்டுரைகளை நாம் பார்க்கிறோம். 'அல்லது கண்டு கொதித்தும் நல்லது கண்டு அகமிக மகிழ்ந்தும் துடிக்கின்ற இதயம் இது'. 85 வயது கடந்து விட்ட பிறகும் 30 ஆண்டுகளுக்கு முன்னால் நாம் அவரிடம் கண்ட அதே சத்திய ஆவேசத்தோடு அவர் இயங்கிக்கொண்டிருக்கிறார் என்பதன் சாட்சியாக இக்கட்டுரைகள் ஒளிர்கின்றன. அன்று அவர் மீது கொண்ட வியப்பு இன்றும்

தொடர்கிறது. தமிழ்ச்சமூகம் இந்நூலை வரவேற்று வாசிக்கும் என நம்புகிறேன்.

சிவகாசி
27.12.2023

அன்புடன்
ச. தமிழ்ச்செல்வன்

1

ஜனநாயகம் காப்போம், கல்வி காப்போம்

(இன்றைய தமிழக அரசு 2022இல் பள்ளி மேலாண்மைக் குழுவை சீரமைத்து, அனைத்துப் பள்ளிகளிலும் நிறுவுவதற்கு முன் எழுதப்பட்டது.)

ஜனநாயக நாட்டின் பிரச்சனைகளுக்குத் தீர்வு ஜனநாயகத்தை ஆழப்படுத்துவதுதான். அதிகாரத்தைப் பரவலாக்குவதுதான். ஜனநாயக சமுதாயத்தின் பிரஜைகளை உருவாக்கும் கல்வி அமைப்பிற்கும் இது முழுமையாகப் பொருந்தும்.

இந்தியாவில், தமிழ் நாட்டில் அடித்தளமான பள்ளி அமைப்பு சிறப்புற அமைந்து, அறிவும் திறனும் கொண்ட மாணவர் உருவாக வேண்டுமென்றால், அவர் வழி நாடு மேன்மை கொண்ட வளர்ச்சி பெற வேண்டுமென்றால், அரசுப் பள்ளிகளின் நிர்வாக அமைப்பு ஜனநாயகப்படுத்தப்பட வேண்டும்.

கல்வி நிர்வாகத்தில் பெரும் மாற்றங்கள் தேவை. அதிகாரம் மையப்பட்டுக் கிடக்கும் நிலை மாறி, அதிகாரப் பரவலும், அதிகாரிகளின் கையிலிருந்து கல்வி மீட்கப்படுதலும் (De-Bureaucratisation) தேவை. உலகின் எந்த முன்னணி நாட்டிலோ, மற்ற வளரும் நாடுகளிலோ பள்ளிகள் அதிகாரிகளினால் நிர்வகிக்கும் நிலையே கிடையாது. அனைத்து நாடுகளிலும் தேர்ந்தெடுக்கப்பட்ட உள்ளாட்சிகளும், பெற்றோரும் இணைந்து நடத்தும் நிர்வாகம்தான் பள்ளிகளில் நிலவுகிறது. அந்நாடுகள் கல்வியில் சிறந்து விளங்குவதற்கு இத்தகைய ஜனநாயக நிர்வாக அமைப்பே அடித்தளமாகிறது.

நம் நாட்டிலும் சட்டம் அத்தகைய ஜனநாயக நிர்வாக அமைப்பைத்தான் உருவாக்கி இருக்கிறது. ஆனால், தமிழ் நாட்டில், நடைமுறையில் அது கேலிக் கூத்தாக்கப் பட்டிருக்கிறது.

பாராளுமன்றத்தில் நிறைவேற்றப்பட்ட கல்வி உரிமைச் சட்டம், 2009, பள்ளிக் கல்வியில் குழந்தைகளுக்கு இலவச,

தரமான கல்வியை ஒவ்வொரு குழந்தையின் அடிப்படை உரிமையாக்குகிறது. இச்சட்டம், அரசு, அரசு உதவி பெறும் பள்ளிகளின் நிர்வாக அதிகாரங்கள் முழுவதையும் பள்ளி மேலாண்மைக் குழுக்களிடம்தான் அளித்திருக்கிறது. இது தவிர, தமிழ் நாடு பஞ்சாயத்துச் சட்டம், 1994 உம் பள்ளிகள் தொடர்பான அதிகாரங்களை உள்ளாட்சிகளுக்குக் கொடுத்திருக்கிறது.

ஆனால், தமிழ் நாட்டில் ஜனநாயக அமைப்புகளின் அதிகாரமெல்லாம் மறுக்கப்பட்டு, கல்வித் துறை அதிகாரிகளால் அபகரிக்கப்பட்டிருக்கின்றன. பள்ளிகள் அதிகாரிகளால் தூரத்திலிருந்து இயக்கப்படுகின்றன (*Remote Controlled*). இதனுடைய பெரும் பாதக விளைவுகள் தமிழ் நாட்டின் மூலை முடுக்குகளில் இருக்கின்ற ஒவ்வொரு வகுப்பறையிலும் காணப்படுகின்றன. இந்த நிலை மாற்றப்பட வேண்டும்.

பள்ளி மேலாண்மைக் குழுவின் உறுப்பினர் யார்? அதன் அதிகாரங்கள் யாவை?

உறுப்பினர்கள்: அரசுப் பள்ளிகள், அரசு உதவி பெறும் பள்ளிகளில் இருபது பேர் கொண்ட பள்ளி மேலாண்மைக் குழு அமைக்கப்பட வேண்டும். குழு உறுப்பினர்களில் 75% பள்ளிக் குழந்தைகளின் பெற்றோர்கள்கள், பாதிப் பேர் பெண்கள், ஒதுக்கப்பட்ட, நலிந்த பிரிவினர் சிலர், இருவர் உள்ளாட்சி உறுப்பினர், அவர்களில் ஒருவர் பெண், தலைமை ஆசிரியர், தேர்ந்தெடுக்கப்பட்ட ஒரு ஆசிரியர், ஒருவர் பெற்றோர்களால் தேர்ந்தெடுக்கப்பட்ட உள்ளூர் கல்வியாளர் / புரவலர் / தன்னார்வத் தொண்டு நிறுவனர் / ஓய்வு பெற்ற அரசு ஊழியர், இவர்களில் ஒருவர். குழுவின் தலைவர், அரசுப் பள்ளியாக இருந்தால், பெற்றோரில் ஒருவர், அரசு உதவி பெறும் பள்ளிகளில், பள்ளித் தாளாளர். குழு குறைந்த பட்சம் மாதம் ஒரு முறை கூட வேண்டும்.

குழுவின் அதிகாரங்கள்: பள்ளிக்கான அனைத்துத் தேவைகளும், தர வரைவுகளும் இருக்கின்றனவா என்பதை உறுதி செய்தல்; அரசு அதிகாரிகளை வற்புறுத்தி, அவற்றைப் பெறுதல், பள்ளி மேம்பாட்டுத் திட்டம் தயாரித்தல், அரசு, உள்ளாட்சி அமைப்பு, மற்றும் வேறு வகைகளில் இருந்து வரும் நிதி ஒதுக்கீடுகள் முறையாக பயன்படுவதைக் கண்காணித்தல், ஆசிரியர்கள் பள்ளிக்கு உரிய நேரத்தில் வருவதை உறுதி செய்தல், மாணவர்கள் வகுப்பிற்குரிய கற்றல் திறன் பெறுவதை கண்காணித்து உறுதி செய்தல்.

இவ்வாறு, பள்ளி மேலாண்மைக் குழு பள்ளிக்கான ஆண்டுத் திட்டம் உருவாக்குவதிலிருந்து, பள்ளியின் தேவைகளை உறுதி செய்தல், ஊழல்களைத் தடுத்தல், கற்றல் கற்பித்தல் திறம்பட நடப்பதை உறுதி செய்தல் போன்ற அனைத்தையும் கண்காணிக்கும் அமைப்பு. இத்தனை அதிகாரம் கொண்ட குழுக்கள் நம் பள்ளிகளில் இருக்கின்றனவா? இயங்குகின்றனவா?

குழுக்கள் பெயரளவில்தான் இருக்கின்றன. பள்ளித் தலைமை ஆசிரியர் தன்னிச்சையாகக் குழுக்களை அமைக்கின்றனர். கூட்டம் நடந்ததாகக் கையேட்டில் எழுதி, உறுப்பினரின் கையெழுத்தைப் பெறுகின்றனர். பள்ளியில் எந்த மாற்றமும் நடப்பதில்லை.

பள்ளி மேலாண்மைக் குழுக்களை இயங்க விடாமல் தடுக்கும் சக்திகள் எவை? அவற்றை முடக்கி வைப்பதில் யாருக்கு பலன்? ஆசிரியர், தலைமை ஆசிரியர், அரசு அதிகாரிகள்... இப்படிப் பலருக்கும் பலன்.

பெரும்பாலான பள்ளிகளில் பெற்றோர்களைப் பள்ளிகளுக்குள் விடவே பெரும் தயக்கம் நிலவுகிறது.. "இவங்களை எல்லாம் உள்ள விட்டா கேள்வி கேப்பாங்க, சார்." கேள்வி கேட்பது பெற்றோரின் உரிமை. அவர்கள்தான் பள்ளிகளின் பயனாளர்கள்(stakeholders), பாதிக்கப்படுபவர்கள். பதில் சொல்ல வேண்டியது அனைவரின் கடமை.

எது குறித்து கேள்வி கேட்பார்கள்? தமிழ் நாட்டுப் பள்ளிகளின் ஆயிரம் அவலங்கள் குறித்துதான். தங்கள் குழந்தைகளால் ஏன் திறம்படக் கற்க இயலவில்லை? ஐந்து ஆண்டுகள் படித்த குழந்தைக்கு ஏன் ஒரு பக்கம் எளிய தமிழ் வாசிக்கத் தெரிய வில்லை? சிறிய கழித்தல் கணக்கு போடத் தெரியவில்லை? பெரும்பாலான எட்டாம் வகுப்பு மாணவருக்கு ஐந்தாம் வகுப்புப் பாடப் புத்தகத்தை வாசிக்க இயலவில்லை? ஆண்டு தோறும் வெளியிடப்படும் Annual Status of Education Report (ASER) தமிழ் நாட்டின் குழந்தைகள் அடையும் கற்றல் திறன் குறித்து வெளியிடும் அறிக்கை இந்த வேதனை நிலையைத்தான் ஆய்வுகள் மூலம் வெளிச்சம் போட்டுக் காண்பிக்கிறது.

குழந்தைகளுக்கு, பெற்றோருக்கு இழைக்கப்படும் பேசப்படாத இந்த துரோகத்திற்கு யார் பொறுப்பு? போதுமான ஆசிரியரை நியமிக்காத, கண்காணிக்காத, அதிகாரிகளா? 'இவனுக்கெல்லாம் ஒண்ணும் தலையில ஏறாது, மாடு மேய்க்கத்தான் லாயக்கு' என்று

ஏழை மாணவரை நெஞ்சில் குத்தி, அவமானப்படுத்தும் ஆசிரியரா? எதையும் கண்டு கொள்ளாமல் இருக்கும் தலைமை ஆசிரியரா, யார் பொறுப்பு?

இவை தவிர, உள் கட்டமைப்பு குறித்த ஏராளப் பிரச்சனைகள். இடிந்து விழும் நிலையில் இருக்கும் கட்டிடங்கள், போதுமான கழிப்பறைகள் இல்லை; இருந்தால் தண்ணீர் வசதி இல்லை, சுத்தப்படுத்தும் அலுவலர்கள் நியமிக்கப்படுவதில்லை. மாணவரின் தனித் திறன்களை வளர்க்கும் உடற்கல்வி, ஓவியம், போன்றவற்றிற்கான ஆசிரியர்களோ, எப்பொழுதும் மூடிக்கிடக்கும் நூலகத்திற்கான நூலகரோ... இவற்றையெல்லாம் ஏராளமான பள்ளிகள் பார்த்து, பல ஆண்டுகள் ஆகிவிட்டன. பள்ளி நேரத்தில் ஆசிரியர் மற்ற வேலைகளுக்கும், பயிற்சிகளுக்கும் அலைக்கழிக்கப்படுதல்.

பள்ளி மேலாண்மைக் குழுவைக் கூட்டினால் இவை குறித்தெல்லாம் கேள்விகள் எழும் என்பதால்தான் அதைக் கூட்டுவதில் அத்தனை தயக்கம்.

என்ன நடக்கிறது? தலைமை ஆசிரியர் தன் விருப்பம்போல் குழுவை அமைக்கிறார். என்ன நடக்கிறது என்பதே தெரியாமல், போடு என்ற இடத்தில் கண்ணை மூடிக் கொண்டு கையெழுத்துப் போடுபவர்களாகப் பார்த்து, குழுவில் நியமிக்கிறார். தலைமை ஆசிரியரின் குட்டி தர்பார் ஒவ்வொரு பள்ளியிலும் நடக்கிறது.

பள்ளி மேலாண்மைக் குழுக் கூட்டங்கள் பெயரளவில் நடக்கின்றன. மாநிலம் முழுவதற்கும் ஒரே நாளில் நடக்க வேண்டுமென்று அதிகாரிகள் ஆணையிடுகின்றனர். குழு உறுப்பினர்கள் வருவதற்கு உகந்த நேரத்தில் கூட்டம் நடப்பதில்லை. அரசுப் பள்ளிப் பெற்றோர் பெரும்பாலும் அன்றாடம் தினக் கூலிக்கு உழைப்பவர்கள். வேலை நாள் பகல் பொழுதில் கூட்டம் நடத்தினால், அவர்கள் ஒரு நாள் கூலியை இழக்க நேரிடும். இவ்வாறு கூட்ட நாள் குறித்து விட்டு, பெற்றோர் கூட்டங்களுக்கு வருவதில்லை என்று தலைமை ஆசிரியரும், அதிகாரிகளும் தப்பித்துக் கொள்கின்றனர். கூட்டம் நடந்ததாகவும், தீர்மானங்கள் நிறைவேற்றப்பட்டதாகவும் பதிவு செய்து, குழுத் தலைவர், உறுப்பினர்களின் கையெழுத்தைப் பெற்று அனுப்புகிறார்கள்.

அனைத்துப் பள்ளிகளிலும் இத்தகைய வேதனை நிலைதானா என்று கேட்டால், நிச்சயம் இல்லை. விதி விலக்கான அரசுப் பள்ளிகள்

அற்புத மாற்றங்களைக் கண்டு பொலிந்து கொண்டிருக்கின்றன. கடமை உணர்வும், அர்ப்பணமும் கொண்ட தலைமை ஆசிரியர் சிலர் தங்கள் பள்ளிகளில் வியத்தகு முன்னேற்றத்தை உருவாக்கி இருக்கின்றனர். இப் பள்ளிகளில் மாணவர் எண்ணிக்கை, 50, 60 என்று இருந்தது, கொரொனாவுக்கு முன்பே, இரண்டு ஆண்டுகளில் 500, 600 என்று உயர்ந்திருக்கிறது. பல ஆண்டுகளாக, போற்றுதலுக்கு உரிய தலைமை ஆசிரியரின் முயற்சியால் ஏற்பட்ட முன்னேற்றம்.

இத்தகைய பள்ளிகள் அங்கொன்றும், இங்கொன்றுமாகத் தமிழ் நாடு முழுதும் காணக் கிடக்கின்றன. இவைகளில், பள்ளிகளுக்கு ஏராளமான நிதி உதவி கிடைக்கிறது. பள்ளியின் உட்கட்டமைப்பில் பெரும் வளர்ச்சி, கூடுதல் வகுப்பறைகள், smart வகுப்புகள், கழிப்பறைகள், தண்ணீர் வசதி, சுற்றுச் சுவர், வண்ணங்கள் மின்னும் சுவர்கள். அத்துடன், பள்ளியின் அன்றாடப் பற்றாக் குறைகளையும், தேவைகளையும் பள்ளி மேலாண்மைக் குழுக்கள் தீர்த்து வைக்கின்றன. இத்தகைய தலைமை ஆசிரியர்கள் ஊர் மக்களின் அன்பையும், ஆதரவையும் அள்ளிக் கொள்கின்றனர். அவர்களை இட மாற்றம் செய்தால், போராட்டம் செய்து தடுத்து நிறுத்திய உதாரணங்களும் உண்டு.

இந்தப் பள்ளிகள் அனைத்திற்கும் ஒரே பொதுமை. அனைத்தும் பள்ளி மேலாண்மைக் குழுவை உண்மையாக அமைத்து, அவற்றைப் பள்ளியின் அன்றாட இயக்கத்தில் ஈடுபடுத்தி, அறுவடை செய்த பலன்.

இன்றைய காலக் கட்டம் அரசுப் பள்ளிகளுக்குப் பெரும் அனுகூலமான காலம். முன்பு என்றும் கண்டிராத அளவு மாணவர் தனியார் பள்ளிகளிலிருந்து, அரசுப் பள்ளிகளுக்கு வந்து கொண்டிருக்கின்றனர். கொரானாவினால் ஏழ்மையில் தள்ளப்பட்டப் பெற்றோர், வேறு வழியின்றி, அரசுப் பள்ளிகளை நோக்கி வருகின்றனர். அவரது பொருளாதார நிலையில் சிறிதளவு முன்னேற்றம் ஏற்பட்டாலும் மீண்டும் தனியார் பள்ளிகளுக்குச் சென்றுவிடுவர். இது தவிர்க்கப்பட வேண்டுமென்றால், இப் பெற்றோர்களைப் பள்ளி மேலாண்மைக் குழுக்களில் சேர்த்து, தங்கள் குழந்தைகளுக்கு சிறந்த தரம்கொண்ட கல்வியை உத்திரவாதப் படுத்தும் பணியில் பங்கு அளிக்க வேண்டும்.

புதிதாக அமைந்திருக்கும் தமிழக அரசு ஜனநாயகமும், கல்வியும் காக்கும் பொறுப்பை ஏற்க வேண்டும். அனைத்துப் பள்ளிகளிலும் பள்ளி மேலாண்மைக் குழுக்கள் நன்கு இயங்கும்

உறுப்பினர்களைக் கொண்டு அமைக்கப்பட்டு, சுதந்திரமாக, சிறப்பாக இயங்க வேண்டும் என்ற கண்டிப்பான ஆணை தமிழக அரசிடம் இருந்து கல்வித் துறை முழுவதற்கும் அனுப்பப்பட வேண்டும். குறிப்பாக, மாவட்டக் கல்வி அதிகாரிகள், தலைமை ஆசிரியர்கள், இன்று போல் இன்றி, சட்டத்தை ஆன்ம சுத்தியுடன் நிறைவேற்றி, பலன்களை நிரூபிக்க வேண்டும். உள்ளூர் மக்களின் வசதிக்கேற்றவாறு மாலை நேரத்திலோ, விடுமுறை நாட்களிலோ குழுக் கூட்டங்கள் நடைபெற வேண்டும். கூட்டத் தீர்மானங்களுக்கு முன்னுரிமை அளித்து, அதிகாரிகள் நிறைவேற்ற வேண்டும்.

பெற்றோரும், ஊர் மக்களும் இது எங்கள் பள்ளி என்று சொந்தமும், பெருமையும் கொள்ளும் மாற்றம் ஏற்பட்டால், தமிழ் நாட்டின் கடைசிக் குழந்தையும் சிகரம் எட்டும்.

2

தொடுவானம் : நேர்காணல்

(தமிழக அரசு 'தொடுவானம்' என்ற இதழைத் தொடங்கியபோது, அதன் முதல் இதழுக்கு நடத்திய நேர்காணல்)

கேள்வி: *உங்களுடைய இளமைப் பருவத்தைப் பற்றிக் கொஞ்சம் சொல்லுங்கள். கல்வியாளர் ஆக வேண்டும் என்றுதான் விரும்பினீர்களா?*

பதில்: திண்டுக்கல்லில்தான் என்னுடைய 15 வயது வரை எங்கள் குடும்பம் இருந்தது. என் தந்தை வழக்கறிஞராக இருந்தார். ஒரு சராசரி இந்திய குடும்பத்தைவிட எங்கள் குடும்பம் மேம்பட்ட நிலையில் இருந்தது என்றே சொல்ல வேண்டும். பொருளாதார அளவில் மட்டும் அல்ல சிந்தனை அளவிலும், சாதியக் கட்டுமானம் இருக்கமாக இருந்த அந்தக் காலத்திலேயே சாதி மறுப்புத் திருமணங்கள் இயல்பான ஒன்றாக எங்கள் குடும்பத்தில் இருந்ததை இங்கே குறிப்பிடலாம். திண்டுக்கல்லில் புனித வளனார் பள்ளியில் எனது பள்ளிப்படிப்பு அமைந்தது. அதன் பின் சென்னை மாநிலக் கல்லூரியிலும் - இதற்கு முன் ராணி மேரி கல்லூரியிலும், மேற்படிப்பைத் தொடர்ந்தேன். நாம் இன்ன மாதிரித்தான் ஆக வேண்டும் என்ற ஆசை எதுவும் எனக்கு இருக்கவில்லை. சூழல்தான் என்னை இயல்பாகக் கல்விப் பணிக்குள் கொண்டு வந்துவிட்டது.

கேள்வி: *உங்களிடம் தாக்கத்தை ஏற்படுத்திய ஆசிரியர்களை நினைவு கூறமுடியுமா?*

பதில்: எல்லா ஆசிரியர்களும் ஏதேனும் ஒரு வகையில் தங்களிடம் படிக்கும் மாணவர்கள் மீது தாக்கத்தை உண்டு பண்ணத்தான் செய்வார்கள். அப்படி எல்லா ஆசிரியர்களுமே எனக்கு அமைந்திருந்தார்கள். வாழ்வில் வலுவான தாக்கத்தை உண்டாக்கிய சூழல் என்பது எனக்குக் கல்லூரியில்

நிகழ்ந்தது. நான் கல்லூரியில் படிக்கும்போது பொதுவுடமை இயக்கத்தின் தாக்கம் இருந்தது. தொடர்ந்து, பிலிப்பைன்ஸ் பல்கலைக்கழகத்துக்கு முனைவர் பட்டப் படிப்புக்காகச் சென்றபோது அங்கு எனக்குக் கற்பித்த ஆசிரியர்கள் முன்பு அரசியல் கைதிகளாக அடைக்கப்பட்டிருந்தவர்கள். அந்த அளவுக்குத் துணிச்சலானவர்கள், அவர்களுடைய வகுப்புகள் சமூகம் குறித்த எனது கருத்துக்களை மேலும் தீர்க்கமாகப் பார்க்க உதவின.

கேள்வி: *ஆறு ஆண்டுகள் ஒரு புதிய பல்கலைக்கழகத்தின் துணைவேந்தராக இருந்திருக்கிறீர்கள். ஆசிரியப் பணிக்கும், நிர்வாகப் பணிக்குமான வேறுபாட்டை எப்படி உணர்ந்தீர்கள்?*

பதில்: சவாலாகத்தான் உணர்ந்தேன். மனோன்மணியம் சுந்தரனார் பல்கலைக்கழகம் ஆரம்பிக்கப்பட்டு இரண்டே வருடங்கள் ஆன நிலையில், நான் துணைவேந்தராக அங்கு நியமிக்கப்பட்டேன். பணியிலிருந்த 6 வருடங்களில் என் வாழ்க்கையின் ஒவ்வொரு நாளையுமே போராட்டங்களோடு தான் கழிக்க வேண்டியிருந்தது. குறிப்பாக அப்போது அதிகாரம் படைத்தவர்கள் நான் கல்வியில் கொண்டுவர நினைத்த மாற்றங்களைத் தடுக்க எல்லா வழிகளையும் கையாண்டார்கள். ஆனால், நீங்கள் ஒரு பொறுப்பை ஏற்றுக்கொள்ளும்போது எல்லாத் தடைகளுக்கும் சேர்த்தே பொறுப்பேற்றுக்கொள்கிறீர்கள். நிர்வாகப் பணியை ஏற்றுக்கொண்டாலும், அங்கும் செயல்படுவது ஓர் ஆசிரிய மனம்தான். நம்முடைய கல்லூரிகளும், பல்கலைக்கழகங்களும் தங்களைச் சுற்றி பெரிய மதிற்சுவரை எழுப்பிக்கொண்டுள்ளன. சமூகத்திலிருந்து முற்றிலும் அவை அந்நியப்பட்டுக் கிடக்கும் சூழலை மாற்ற வேண்டும் என்று நான் எண்ணினேன். இதற்காக நிறையவே முயற்சித்தேன், சிரமப்பட்டேன். அதுதான் உள்ளதிலேயே பெரிய சவால்.

கேள்வி: *முயற்சி என்றால், எப்படியான முயற்சிகள், முன்னெடுப்புகள்?*

பதில்: முதலில் பாடத்திட்டங்களில் மாற்றங்களைக் கொண்டுவந்தோம். உயர்கல்விபயிலும் மாணவர்களுக்கு உலக அளவிலான அறிவு கிடைக்க வேண்டும்; அதே நேரத்தில், உள்ளூர் சமூகத்தினுடனான பந்தமும் அதன் வளர்ச்சி குறித்த அறிவும் கிடைக்க வேண்டும் என்பதே எங்களுடைய நோக்கமாக இருந்தது. நீங்கள் ஓர் ஊரில் கல்லூரி நடத்துகிறீர்கள் என்றால், கல்லூரிக்கு

வெளியிலும் அந்த ஊர் சார்ந்து உங்களுக்கு ஓர் உறவு இருக்கிறது. பொறுப்பு இருக்கிறது.

திருநெல்வேலி மாவட்டத்திலுள்ள பத்தமடை பாய்க்குப் புகழ் பெற்ற ஊர். அங்கு பாய் தயாரிப்பில் பெரும்பாலும் இஸ்லாமிய பெண்களே ஈடுபட்டிருந்தனர். ஆண்கள் அந்தப் பாய்களைக் கொண்டுபோய் விற்று வருவார்கள். மரபார்ந்த இந்த வியாபாரம் உண்டாக்கியிருந்த தாக்கம் என்னவென்றால், பெண்களின் கல்வியை அது அப்பகுதியில் பரவலாக முடக்கிப்போட்டிருந்தது. பெண்கள் பகலெல்லாம் வீட்டு வேலைகளைச் செய்வார்கள். இரவில் சிம்னி விளக்கு வெளிச்சத்தில் அந்தப் பாய்களை முடைவார்கள். காலப்போக்கில் இந்தச் சிறிய பொருளாதார வாய்ப்பும் நலிவடையலானது. இதை ஒரு சமூக ஆய்வின் மூலம் தெரிந்துகொண்டது எங்கள் பல்கலைக்கழகத்தின் குழு.

நான் என்ன நினைத்தேன் என்றால், நாம் இந்த ஆய்வோடு முடித்துக்கொள்ளக் கூடாது என்று நினைத்தேன். மீண்டும் அத்தொழிலில் அவர்கள் மேலோங்கி வருவதற்கான முயற்சிகளை மேற்கொண்டோம். காலத்திற்கேற்ப அத்தொழிலில் புதுமைகளைப் புகுத்தச்செய்தோம். கேரளாவிலிருந்து கொண்டுவரப்பட்ட இயற்கைச் சாயங்களைப் பயன்படுத்த வைத்தோம். அகமதாபாத்திலுள்ள நேஷனல் இன்ஸ்ட்டியூட் ஆஃப் டிசைன் நிறுவனத்திலிருந்து நிபுணர்களை அழைத்து வந்து புதிய வடிவங்களைப் பாய்களில் முடையக் கற்றுத் தந்தோம். அப்பொருட்களைச் சந்தைப்படுத்த கண்காட்சிகளும் நடத்தினோம். இதெல்லாம் மீண்டும் அப்பெண்கள் தங்களுக்கான ஒரு சுதந்திரமான பொருளாதாரச் சூழலை உருவாக்கிக்கொள்ள காரணமாக அமைந்தது. அடுத்து, கல்வி நோக்கியும் அவர்களுடைய கவனத்தைத் திருப்பினோம்.

இது ஒரு சின்ன உதாரணம்தான். எல்லாவற்றுக்கும் நாம் தீர்வு காண முடியாது என்றாலும், நம்முடைய எல்லைக்குட்பட்ட சாத்தியங்களை முயற்சிப்பது நம் கடமை.

கேள்வி: *அப்படித்தான் சைக்கிள் கற்றுக்கொடுக்கும் திட்டத்தை அமலாக்கினீர்களா?*

பதில்: ஆமாம். இன்றைய போக்குவரத்து வசதி அன்றைக்கு நம்முடைய குக்கிராமங்களில் கிடையாது. பெண் பிள்ளைகள் பலர் படிப்பைப் பாதியில் நிறுத்த போக்குவரத்து வசதியின்மை

ஒரு முக்கியமான காரணமாக இருந்தது. மேலும், கிராமப்புறங்களில் குடிசைத் தொழில்களில் ஈடுபட்டிருந்த பல பெண்கள் தங்கள் உற்பத்திப் பொருட்களை நகரங்களுக்குக் கொண்டுவந்து விற்பதற்கும் இது ஒரு தடையாக இருந்தது. அதனால், முதலில் கல்லூரி மாணவிகளுக்கும், பின் அவர்கள் மூலமாக கிராமப்புறப் பெண்களுக்கும் சைக்கிள் பயிற்சி அளிக்கும் திட்டத்தைக் கொண்டுவந்தோம். சைக்கிள் வாங்குவதற்கான உதவிகளுக்கும்கூட ஏற்பாடு செய்தோம். எங்கள் பல்கலைக்கழக ஆளுகைக்குட்பட்ட அறுபதுக்கும் மேற்பட்ட கல்லூரிகளில் இதை அமலாக்கியபோது, ஆயிரக்கணக்கான பெண்கள் கிராமங்களைவிட்டு வெளியே வர அது வழிவகுத்தது. சின்ன விஷயங்கள் மூலமாகவே பெரிய மாற்றங்களை நம்மால் உருவாக்க முடியும்!

கேள்வி: தனியார் கல்லூரிகளை முறைப்படுத்த நீங்கள் எடுத்த நடவடிக்கைகளும், அதற்கான எதிர்ப்பும் அப்போது பரவலாகப் பேசப்பட்ட விஷயங்கள், எப்படி அதையெல்லாம் சமாளித்தீர்கள்?

பதில்: ஆமாம், அக்காலகட்டத்தில் அங்கு ஒரு அரசு கல்லூரி மட்டுமே இருந்தது. மற்றவையெல்லாம் தனியார் கல்லூரிகள். தனியார் கல்லூரிகளுக்கு, பொருளாதார மற்றும் அதிகாரச் செல்வாக்கு அதிகம். அதனால், முறைப்படுத்த முயன்றபோது, அனுதினமும் நான் அவர்களுடன் போராட வேண்டியிருந்தது. எவ்வாளவோ வழக்குகள் எல்லாம் என் மீது தொடர்ந்தார்கள். நான் கலங்கவில்லை. அப்போது வழக்கறிஞராக இருந்த சந்துருதான் (பின்னால் நீதியரசர் ஆனவர்) அவ்வழக்குகளில் எனக்காக வாதாடினார். என்னைப் பொருத்த அளவில் எதிர்ப்புகள் வரும்போது, நான் மேலும் தீவிரமாகச் செயலாற்ற ஆரம்பித்துவிடுவேன்.. நியாயமான விஷயங்களுக்காக நாம் நிற்கும்போது எந்த எதிர்ப்பு வந்தாலும் நாம் விட்டுக்கொடுக்கக் கூடாது. மன உறுதி முக்கியம். நம்முடைய இந்த உறுதியே எதிரிகளை ஆட்டம் காணச் செய்துவிடும்.

கேள்வி: உலக நாடுகள் பலவற்றின் கல்வி மாதிரியை அவதானித்திருக்கிறீர்கள். உங்களுக்கும் இத்துறையில் நெடிய அனுபவம் இருக்கிறது. கல்வித் துறையில் நாம் முன்னெடுக்க வேண்டிய மாற்றம் என்ன?

பதில்: அமெரிக்காவிலிருந்து சில ஆண்டுகளுக்கு முன் கல்வியாளர்கள் சிலர் இந்திய கல்விமுறையைப் பற்றி தெரிந்துகொள்ள இங்கு வந்திருந்தார்கள். அவர்கள் தங்களது

ஆய்வை முடித்துவிட்டு நாடு திரும்புவதற்கு முன் பத்திரிக்கையாளர் சந்திப்பொன்றை நடத்தினார்கள். இரண்டு விஷயங்கள் இந்திய கல்விமுறையில் எங்களுக்கு ஆச்சரியமாக இருக்கிறதென்று சொன்னார்கள். “முதலாவது, உலகத்தில் அதிக வளர்ச்சியடைந்த நாடு எங்களுடையது. ஆனால், அங்கு நிறைய குழந்தைகள் மாநில-உள்ளாட்சிகள் நடத்துகிற பள்ளியில் இலவசமாகத்தான் பயில்கிறார்கள். ஆனால், ஏழை நாடான உங்கள் நாட்டில் நிறைய குழந்தைகள் கல்விக்காக நிறைய செலவழித்துப் படிக்கிறார்கள்.. இரண்டாவதாக எங்கள் குழந்தைகள் எட்டாம் வகுப்பில் படிக்கின்ற பாடத்தை உங்கள் குழந்தைகள் ஐந்தாம் வகுப்பிலேயே படிக்கிறார்கள். ஏன் இவ்வளவு அவசரம்? ஏன் உங்கள் குழந்தைகள் மீது இவ்வளவு சுமைகளைச் சுமத்துக்கிறீர்கள்?” இப்படிக் கேட்டார்கள்.

நானும் இந்த இரண்டு விஷயங்களைத்தான் நெடுங்காலமாகப் பேசிவருகிறேன். கூடவே இன்னொன்று, தேர்வுகள். கல்வியில் முழு நிறைவை அடைந்த நாடுகளின் தேர்வு முறைகளுக்கும் நமது தேர்வு முறைக்கும் அதிக வேறுபாடுகள் உள்ளன. இங்கு நடப்பதைப் போன்று ஒரு குழந்தையை வெறும் தேர்வுக்காக மட்டும் அவர்கள் தயாராக்குவதில்லை. அக்குழந்தை இச்சமூகத்தை எவ்வாறு எதிர்கொள்கிறது? வெவ்வேறு சூழல்களை எவ்வாறு சமாளிக்கிறது? எனும் செயல்பாடுகள் கல்வித் திட்டத்திலேயே ஒரு பகுதியாக இருக்கும். ஒவ்வொரு குழந்தையின் தனிப்பட்ட நிறைகுறைகளை வகுப்பாசிரியர் அறிந்து வைத்திருப்பார். அவர் கொடுக்கும் மதிப்பெண்ணை வைத்தே அக்குழந்தை மதிப்பிடப்படும். இங்குள்ளதுபோல எல்லா வாய்ப்புகளும் கிடைத்த, சமூகத்தில் உயர் அடுக்கிலிருக்கும் குழந்தையையும், எதுவுமே கிடைக்க வாய்ப்பில்லாத கீழ் அடுக்கிலிருக்கும் குழந்தையையும் ஒன்றாகப் போட்டி போட சொல்லும் வன்முறைகள் அங்கு கிடையாது. கல்வியில் வளர்ந்த நாடுகளின் பள்ளிகளில் பின்பற்றப்படும் இக்கல்வி முறைதான் நமக்கு தேவை.

கேள்வி: கல்வி ஒட்டுமொத்த சமூகத்தின் பங்களிப்பின் ஊடாகத்தான் செழுமை அடையும் என்று தொடர்ந்து சொல்லிவந்திருக்கிறீர்கள். அப்படிப்பட்ட நிலையை எப்படி நாம் உருவாக்குவது?

பதில்: இதோ, இந்த ‘இல்லம் தேடிக் கல்வி இயக்க’த்தையே ஓர் உதாரணமாகச் சொல்லலாம். இப்படியான செயல்பாடுகள்

தான் நமக்குத் தேவை. தமிழ்நாடு முழுவதும் 1.75 லட்சம் தன்னார்வலர்கள் இந்தத் திட்டத்தின் வழி களம் இறங்கியிருக்கிறார்கள்; அவர்களில் ஆகப் பெரும்பான்மையினர் பெண்கள் என்பது பெரிய விஷயம். தமிழ்நாட்டுக் கல்வியின் நீண்ட காலத் பணிகள் பற்றிய செயல்திட்டங்கள் உள்ளன. ஆனால், தமிழ்நாட்டுக் கல்வியின் நீண்ட காலத்தவிப்புகள் சிலவற்றுக்கான மாற்றைக் காணும் மார்க்கத்துக்கு, அறிந்தோ, அறியாமலோ, தமிழக அரசு வழிவகுத்திருக்கிறது. ராஜஸ்தான் மற்றும் ஜார்கண்ட் மாநிலங்களிலும் இல்லம் தேடிக் கல்வி திட்டத்தை நடைமுறைப்படுத்துவதற்கான வேலைகள் நடந்து வருவதும் இத்திட்டத்தின் வெற்றி தான்!

அரசுப் பள்ளிகள் ஆகட்டும், தனியார் பள்ளிகள் ஆகட்டும்: பொதுவாகவே இன்றைய சமூகத்திலிருந்து கல்வி மிகவும் அந்நியப்பட்டிருக்கிறது. கல்வி என்பது பள்ளிக்கூடங்களின் பொறுப்பு என்பதாக ஆக்கப்பட்டிருக்கிறது. இப்படியான திட்டம் உண்டாக்கும் உடனடி மாற்றம் என்னவென்றால், சுமார் இரண்டு லட்சம் பேருக்கு நம்முடைய கல்வியோடு ஓர் உறவை உண்டாக்குவது. இங்கே என்ன நடக்கிறது என்று அவர்கள் பார்க்கிறார்கள். பல லட்சம் மாணவர்களோடு அவர்கள் உறவை உண்டாக்கிக்கொள்கிறார்கள். அவர்களுடைய பலங்கள், பலவீனங்கள். தேவைகளைப் பார்க்கிறார்கள். குழந்தைகளுக்கும் வெளியில் தங்களை இறக்கிவைக்க ஒரு மகத்தான வாய்ப்பு. இவர்கள் மரபார்ந்த ஆசிரியர்களோ, அதிகாரம் படைத்தவர்களோ இல்லை என்பதால், புதிய கற்றல் முறைகள் நிறைய அறிமுகம் ஆகும். குழந்தைகள் சுதந்திரமாகக் கற்றுக்கொள்வதற்கான சூழல் உருவாகிறது. இது மரபார்ந்த பள்ளிக்கூட கற்றல் முறையிலும் மெல்லத் தாக்கத்தை உண்டாக்கும். அதேபோல, மெல்ல சமூகத்திலும் இந்தச் செய்திகள் வந்தடையும், அதுவும் சமூகத்தின் வருங்கால நடவடிக்கைகளில், கொள்கை வகுப்பில் மாற்றங்களை உண்டாக்கும். இந்த உறவுதான் முக்கியம் என்கிறேன் நான்.

கேள்வி: *உங்கள் அளவில் எது சிறந்த கல்விமுறை?*

பதில்: எது குழந்தைகள் கேள்வி கேட்க அதிக வாய்ப்புகளை ஏற்படுத்தித் தருகின்றதோ அதே சிறந்த கல்விமுறை. மாணவர்கள் சக மாணவர்களுடன் கட்டிப் பிடித்து, ஓடி விளையாட, கத்திப் பேசும் சூழலை நாம் உருவாக்க வேண்டும். கற்பனைக் குதிரையைத் தட்டிவிட, கல்வி ஒட்டுமொத்த சமூகத்தின் பங்களிப்பில் தங்களது

தனித் திறன்களை, ஆடல், பாடல், விளையாட்டு, ஓவியம், கதை சொல்லல், எழுதுதல், அவற்றை சக மாணவர்களுடன் நாடகமாக வடித்தல்... இப்படி என்னென்ன வழிமுறைகள் இருக்கின்றனவோ அவை அத்தனையையும் செயல்படுத்திப் பார்க்க வேண்டும்.

கேள்வி: அரசுப் பள்ளிகளில் மேலாண்மைக் குழுக்கள் அமைப்பதற்கு தமிழக அரசு எடுத்துள்ள நடவடிக்கைகளை எப்படிப் பார்க்கிறீர்கள்?

பதில்: 2010இல் நடைமுறைப்படுத்தப்பட்ட கல்வி உரிமைச் சட்டத்தில் இந்தப் பள்ளி மேலாண்மைக் குழுக்கள் பற்றிய செயல்திட்டங்கள் உள்ளன. ஆனால் இப்படியொரு குழு இருப்பதே இங்கு பெரும்பாலானவர்களுக்குக் தெரியவில்லை. அரசு மீண்டும் இக்குழுக்களை அமைத்துள்ளது வரவேற்கத்தக்கது. இக்குழு ஒவ்வொரு பள்ளியிலும் அமைக்கப்பட வேண்டும். இதன் உறுப்பினர்களாக அப்பள்ளியில் பயிலும் மாணவர்களின் பெற்றோர், பள்ளி ஆசிரியர்கள், கல்வியாளர்கள், உள்ளாட்சி அமைப்பைச் சேர்ந்த பிரதிநிதிகள் இருப்பார்கள். இவர்களின் பணி என்ன? பள்ளிக்கு வருகின்ற நிதி, முறையாகச் செலவிடப்படுகிறதா என அறிவது, கற்றல் தரம் குறித்து கூட்டங்கள் நடத்துவது... இப்படி ஜனநாயக முறையில் செயல்படுகின்ற அமைப்பு இது. 12 ஆண்டுகளுக்கு பின் இக்குழுக்கள் அரசின் முயற்சியினால் செயல்பட ஆரம்பித்திருப்பது நல்ல தொடக்கம். இல்லம் தேடிக் கல்வித் திட்டமானது, கல்வி மேலாண்மைக் குழுக்களோடு சேர்ந்து செயலாற்றினால், பெரும் மாற்றத்தை நம்முடைய அரசுப் பள்ளிகளில் உண்டாக்கலாம். அனைத்துக் குழந்தைகளும், ஒருவர் விடாமல் பள்ளிகளில் சேர்ந்தார்களா, சத்துணவு சாப்பிட்டார்களா, மையங்களில் சுகாதாரச் சூழல் நிலவுகிறதா, தகுதியுடையோர் தன்னார்வலர்களாக நியமிக்கப்பட்டுள்ளனரா, ஒவ்வொரு குழந்தையின் கற்றல் திறன் கவனமாக வளர்க்கப்படுகிறதா என்று பலவற்றையும் அந்தந்தக் குழு உறுப்பினர்களான குடியிருப்பின் பெற்றோர்கள் அக்கறையுடன் கண்காணிக்கும் சூழலை உருவாக்கலாம்.

கேள்வி: கற்றல் இடைவெளி என்பது ஒரு பெரும் பிரச்சினை அதிலும் இரண்டு வருட கொரோனா காலகட்டத்தில் அது மேலும் பெரிய பிரச்சினை ஆகியுள்ளது. இதை எப்படிச் சீரமைப்பது?

பதில்: நெடுநாள் பிரச்சினை இது. கொரோனா இதை மேலும் தீவிரம் ஆக்கிவிட்டது. ஆனால், பள்ளிகள் இரண்டு

வருட இடைவெளி உடனே சீர்பட்டு விட்டதாகக் கருதி அதிகப்படியான வீட்டுப் பாடங்களை வழங்குகின்றன. இது அபத்தம், பத்தாண்டுகளுக்கு முன்பு அறிமுகப்படுத்தப்பட்ட செயல்வழிக் கற்றல் முறையை மீண்டும் கொண்டுவரலாம்.

ஒவ்வொரு குழந்தையின் தனிப்பட்ட வளர்ச்சியையும் உள்ளடக்கிய கல்விமுறை இது. கல்வியை விளையாட்டுடன் சொல்லித் தருவதுடன், ஒவ்வொரு பாடத்திலும் எந்த இடத்தில் தான் பலமாக உள்ளோம். எங்கு இன்னும் முயற்சி எடுக்க வேண்டும் என அக்குழந்தையே உணரும் வகையில் ஏணிப்படிகள் இருக்கும். அன்றைய சூழலில் அத்திட்டத்தை சரியான வகையில் செயல்படுத்த இயலவில்லை. இப்போது மீண்டும் அத்திட்டத்தைக் கொண்டு வந்தால் அது கொரோனாவுக்குப் பிறகான கல்வித் தளத்தில் நல்ல மாற்றங்களைக் கொண்டுவரும்.

கேள்வி: அதிகரித்துவரும் இணையக் கல்விமுறையைக் கிராமங்களில் உள்ள குழந்தைகளுக்கு எப்படி எடுத்துச் செல்வது?

பதில்: டெல்லி ஸ்கூல் ஆஃப் எகனாமிக்ஸ் நிறுவனத்தைச் சேர்ந்த பேராசிரியர் ஜீன்-ட்ரெஸ் கொரோனாவுக்குப் பிறகு நாடு முழுவதும் இணையக் கற்றலைப் பற்றி ஆய்வு ஒன்றைச் செய்தார். அதன் முடிவில் வெறும் 8% மாணவர்களுக்கு மட்டுமே இணையக் கல்வி முழுமையாகச் சென்று சேர்ந்திருக்கிறதெனத் தெரியவந்தது. இதுவுமே எவ்வளவு ஆக்கபூர்வமாகச் சென்றடைந்திருக்கிறது என்று தெரியாது, உண்மையில் நம்மிடம் பெரிய மனிதவளம் உள்ளது. 'இல்லம் தேடிக் கல்வி இயக்கம்' போன்ற திட்டங்களால் நாம் எல்லோரையும் சென்றடைய முடியும், கல்வியை வகுப்பறைக்கு வெளியே வீதிகளிலும் நாம் சிந்திக்க வேண்டும்.

கேள்வி: குழந்தைகள் தரப்பிலிருந்து பெற்றோர்களுக்கும் பள்ளிகளுக்கும் நீங்கள் சொல்ல ஒரு செய்தி உண்டு என்றால், என்ன சொல்வீர்கள்?

பதில்: அமர்த்தியா சென்னின் 'தி கன்ட்ரி ஆஃப் ஃபர்ஸ்ட் பாய்ஸ்' நூலில் அவர் ஓர் அனுபவத்தைக் குறிப்பிடுகிறார். அவர் சீனாவுக்குச் சென்றிருந்தபோது அங்கு இந்திய கல்விமுறை தொடர்பில் பேசி வந்திருக்கிறார். அப்போது மாலை நேர வகுப்புகளான டியூஷன் பற்றி அமர்த்தியா சென் சொல்லியிருக்கிறார். சீனர்களால் அதைப் புரிந்துகொள்ளவே முடியவில்லையாம். 'பள்ளியில் படித்த அதே பாடங்களை

மீண்டும் வந்து ஏன் படிக்க வேண்டும்? ஒரு குழந்தைக்கு எதன் மேல் இயல்பான ஈடுபாடு உள்ளதோ அதற்கான பயிற்சிகளை அந்த மாலை நேரத்தில் சொல்லிக் கொடுக்கலாமே!' என்று கேட்டார்களாம். இது ஒரு முக்கியமான கேள்வி. இன்றைய குழந்தைகளுக்கு விளையாடுவதற்கு நேரமே இல்லாமல் போய்விட்டது. போட்டி உலகத்தை உருவாக்கி அதில் ஓடுவதற்குத்தான் குழந்தைகளைத் தயாராக்கிக்கொண்டிருக்கிறோம். ஆறாம் வகுப்புப் பிள்ளைக்கு ஸ்பேஸ் சயின்ஸ் சொல்லித் தருகிறோம் என்று பள்ளிகள் சொன்னால், பெற்றோரும் சம்மதிக்கிறார்கள். இது கொடூரம் இல்லையா? கல்விக்கும் போட்டிக்கும் சம்பந்தமே இல்லை. போட்டி உலகம் என்னும் மாயைக்குள்ளிருந்து கல்வி மீட்கப்பட்டால்தான் வரும் தலைமுறை உருப்படும். இதைப் பெற்றோர்களும், பள்ளிகளும் உணர வேண்டும். குழந்தைகளுக்குக் கல்வி சந்தோஷத்தின் வழி பயிற்றுவிக்கப்பட வேண்டும். அதற்கான வழிமுறைகளைத் தொடர்ந்து நாம் கண்டறியவும் கடைப்பிடிக்கவும் வேண்டும்!

3

பள்ளிக் கல்வி – உரிமைக்கும், உறவுக்கும் புதிய தளம்

கடந்த ஓராண்டில் தமிழ் நாட்டின் பேசு பொருளாகி, வீதி தோறும் ஒலித்துக் கொண்டிருக்கும் இரு திட்டங்கள் - பள்ளி மேலாண்மைக் குழு, இல்லம் தேடிக் கல்வி.

இவை இரண்டும் இன்றைய தமிழ் நாட்டுக் கல்வியை அதன் சாபக் கேட்டிலிருந்து மீட்கும் சாத்தியப்பாடு கொண்டவை. தமிழ் நாட்டின் பள்ளிகள் தங்கள் உயிர் பந்தங்களைத் துண்டித்துக் கொண்டுவிட்டன. சுற்றிலுமுள்ள சமுதாயத்துடனான உறவுகளை இழந்துவிட்டன. சமுதாயத்தில் வேரூன்றி, மக்களுடன் இடைவிடாது நடக்க வேண்டிய உரையாடல்கள் உறைந்து விட்டன. பெரும்பாலான ஆசிரியரும், தலைமை ஆசிரியரும் பள்ளியின் அருகமை சமுதாயத்தைச் சேர்ந்தவர்கள் அல்ல. வெகுதூரம் பயணித்து, தங்கள் கற்பித்தல் பணியை முடித்து, அவசரமாக வீடு திரும்புபவர்கள். பள்ளியின் பயனாளிகளான, பாதிக்கப்படுபவர்களான (stakeholders) பெற்றோர் பெரும்பாலான பள்ளி வளாகங்களுக்குள் காலடி வைக்கவே அனுமதியற்றவர்கள். இந்த அவமதிப்பிற்கான காரணத்தை விளக்க வேண்டிய தேவை இல்லை. இன்று அரசுப் பள்ளி பெற்றோர் ஏழைக்கும் ஏழையானவர் மட்டுமே. ஆகவே குரலற்றவர்கள். இவர்களுக்குப் பள்ளிகள் எதற்கு பதில் சொல்ல வேண்டும்?

ஜனநாயக நாட்டின் பிரச்சனைகளுக்குத் தீர்வு ஜனநாயகத்தை ஆழப்படுத்துவதுதான். அதிகாரத்தைப் பரவலாக்குவதுதான். ஜனநாயக சமுதாயத்தின் பிரஜைகளை உருவாக்கும் கல்வி அமைப்பிற்கும் இது முழுமையாகப் பொருந்தும். தமிழ் நாட்டில் அடித்தளமான பள்ளி அமைப்பு சிறப்புற அமைந்து, அறிவும் திறனும் உணர்வும் கொண்ட மாணவர் உருவாக வேண்டுமென்றால், அரசுப் பள்ளிகளின் நிர்வாக அமைப்பு ஜனநாயகப்படுத்தப்பட வேண்டும்.

கல்வி நிர்வாகத்தில் பெரும் மாற்றங்கள் தேவை. அதிகாரம் மையப்பட்டுக் கிடக்கும் நிலை மாறி, அதிகாரப் பரவலும், அதிகாரிகளின் கையிலிருந்து கல்வி மீட்கப்படுதலும் (De-Bureaucratisation) தேவை. உலகின் எந்த முன்னணி நாட்டிலோ, மற்ற வளரும் நாடுகளிலோ பள்ளிகள் அதிகாரிகளினால் நிர்வகிக்கும் நிலையே கிடையாது. அனைத்து நாடுகளிலும் தேர்ந்தெடுக்கப்பட்ட உள்ளாட்சிகளும், பெற்றோரும் இணைந்து நடத்தும் நிர்வாகம்தான் பள்ளிகளில் நிலவுகிறது. அந்நாடுகள் கல்வியில் சிறந்து விளங்குவதற்கு இத்தகைய ஜனநாயக நிர்வாக அமைப்பே அடித்தளமாகிறது. அதற்கான முதல்கட்ட முயற்சியே பள்ளி மேலாண்மைக் குழுக்கள் அமைத்தல்.

பள்ளி மேலாண்மைக் குழு:

கடந்த ஏப்ரல் 23, ஏப்ரல் 30 - தமிழ் நாட்டின் அனைத்து கிராம - நகரத் தெருக்களும் ஒரு அதிசயத்தைக் கண்டன. அருகிலிருக்கும் அரசுப் பள்ளியை நோக்கி, கடைக் கோடி மக்கள் சாரி சாரியாகச் சென்றனர். தங்கள் ஓட்டு வீடுகளிலிருந்தும், நூறு நாள் வேலைத் திட்ட வேலையைப் பாதியில் விட்டுவிட்டும், தூசு படிந்த ஆடைகளுடனும் விரைந்தனர். தங்கள் குழந்தைகள் படிக்கும் பள்ளிகளின் நிர்வாக அதிகாரத்தில் பங்கேற்கும் நம்பவியலா வாய்ப்பு. பள்ளி வளாகத்திற்குள் காலடி எடுத்து வைப்பதற்கும் அனுமதி அற்றவர்கள் அழைப்பு விடுத்து, வரவேற்கப்பட்டனர்.

மேலே குறிப்பிட்ட இரு நாட்களில் தமிழ் நாட்டின் அனைத்து அரசு நடு நிலைப் பள்ளிகளில், பாதி தொடக்கப் பள்ளிகளில் பள்ளி மேலாண்மைக் குழுக்கள் மறுகட்டமைப்பிற்கானத் தேர்தல் நடை பெற்றது. பெற்றோரும், ஊர் மக்களும் இது எங்கள் பள்ளி என்று சொந்தமும், பெருமையும் கொள்ளும் மாற்றத்திற்கான தொடக்கம். பட்டுப்போன ஜனநாயகத்தின் வேர்களில் பாயும் புது வெள்ளம்.

நாடு முழுதும் குழந்தைகளுக்குப் பள்ளிக் கல்வியை அடிப்படை உரிமையாக்கும் கல்வி உரிமைச் சட்டம், 2009, பள்ளிகளை நிர்வகிக்கும், கண்காணிக்கும் பொறுப்பையும், அதிகாரத்தையும் பள்ளி மேலாண்மைக் குழுக்களிடம் ஒப்படைத்துள்ளது. பெற்றோர் பதினைந்து பேர், உள்ளாட்சி உறுப்பினர் இருவர், தலைமை ஆசிரியர், ஒரு ஆசிரியர், கல்வியாளர் இவற்றில் பாதிக்கு

அதிகமானோர் பெண்கள், தலைவர் பெண், கொண்ட இந்தக் குழு வேர் மட்ட ஜனநாயகத்தின் ஒரு எடுத்துக்காட்டு.

பள்ளிக்கான ஆண்டுத் திட்டம் உருவாக்குவதிலிருந்து, பள்ளியின் தேவைகளைத் தீர்மானங்கள் நிறைவேற்றி, உரிய இடத்திலிருந்து பெறுதல், வரவு-செலவுகளைக் கண்காணித்தல், கட்டமைப்புகள், போதிய ஆசிரிய நியமனம், மாணவர் சேர்க்கை, ஆசிரியர் வருகை, கற்றுத்தருதல், ஒவ்வொரு மாணவரும் வகுக்கப்பட்ட திறன்களைப் பெறுகிறார்களா, பின்தங்கிய மாணவருக்குத் தனி கவனம் அளிக்கப்படுகிறதா, வன்முறைகள் தடுக்கப்படுகிறனவா என்ற அனைத்தையும் கண்காணிக்கும் அமைப்பு இது.

தமிழ் நாட்டில் இந்தக் குழு பெயரளவில் அமைக்கப்பட்டு, கேலிக் கூத்தாகிக் கிடக்கிறது. பள்ளித் தலைமை ஆசிரியர் தன்னிச்சையாக அமைத்துக் கொண்ட குழு, என்றும் கூடாத குழு, எவரும் அறியாத குழு. ஒடுக்கப்பட்ட மக்களுக்கான பல சட்டங்கள் போல், உதாசீனம் செய்யப்பட்ட, செயலிழந்த சட்டம்.

சட்டம் நடைமுறைக்கு வந்த பனிரெண்டு ஆண்டுகளாக மறைத்து, அமிழ்த்து வைக்கப்பட்டிருந்த இந்த ஆதார அமைப்பு இன்று தமிழ் நாட்டில் உயிர் பெற்று எழத் தொடங்கி இருக்கிறது. இன்றைய தமிழக அரசின் பள்ளிக் கல்வித் துறை பள்ளி மேலாண்மைக் குழுவைக் கல்விப் புனருத்தாரணத்தின் தொடக்கப் புள்ளியாகப் பாவிக்கிறது. கடந்த சில மாதங்களாக பள்ளி மேலாண்மைக் குழுவைப் பள்ளி தோறும் அமைக்க, உயிர் துடிப்பு கொண்ட அமைப்பாக மாற்ற, அரசுப் பள்ளி மாணவரின் பெற்றோர், குரல் பறிக்கப்பட்ட, விளிம்பு நிலையினர் உரிமைகளை மீட்டெடுக்க பிரம்மாண்ட முயற்சிகளைக் கல்வித் துறை, குறிப்பாக, மாநிலத் திட்ட இயக்குனரகம் எடுத்து வருகிறது.

இந்த ஜனநாயகக் கனவை வானிலிருந்து தரைக்கிறக்க படிகள் ஒவ்வொன்றாக கவனமாக அமைக்கப்படுகின்றன. சட்டம் மேலும் *inclusive* ஆக ஆக்கப்பட்டு, எஸ்.சி., எஸ்.டி. பிரிவினர், மாற்றுத்திறனாளிகள், தூய்மைப் பணியாளர்கள், எய்ட்ஸ் நோயாளிகள், திருநங்கைகள், ஆகிய பெற்றோருக்கு முன்னுரிமையும், துணைத் தலைவர் பதவியும் ஒதுக்கப்பட்டிருக்கிறது. பலமட்ட, பலகட்டப் பயிற்சிகள்; மாநிலம் முழுதும் பல்லாயிரக் கணக்கான பள்ளிகள் முழு பயனடைய நூற்றுக் கணக்கான அதிகாரிகள், ஆசிரியர்கள், தலைமை ஆசிரியர்கள், உள்ளாட்சி உறுப்பினர்கள், பெற்றோர்கள், சிவில் சமூக அமைப்பினர்,

தன்னார்வலர்கள் அனைவருக்கும் இடைவிடாப் பயிற்சிகள் நடந்து வருகின்றன. ஒவ்வொரு கிராமத்திலும், குடியிருப்பிலும் விழிப்புணர்வுப் பிரச்சாரங்கள், கலைப் பயணங்கள், காணொலிகள், சுவரொட்டிகள். குழுவின் பெரும் முக்கியத்துவம், யார் அதன் உறுப்பினர்கள், அதன் பணிகள், அதிகாரங்கள், பொறுப்புகள் குறித்துப் பேசி வருகின்றன.

முதல் இரண்டு கட்டத் தேர்தல்கள் முடிவடைந்துள்ளன. ஏப்ரல் 23 அன்று, மாநிலம் முழுவதற்குமான அரசு நடுநிலைப் பள்ளிகளிலும், ஏப்ரல் 30 அன்று மாநிலம் முழுவதுமான தொடக்கப் பள்ளிகளில் பாதியிலும் நடந்துள்ளன. இலட்சோபலட்சப் பெற்றோர் பங்கேற்றனர். முதல் கட்டத்தில் 5,74,615 பெற்றோர், மொத்தப் பெற்றோரில் *57.8%*, இரண்டாம் கட்டத்தில் 7,53,197, மொத்தப் பெற்றோரில் *67.3%*, அடுத்த இரண்டு ஆண்டுகள் பள்ளிகளை நிர்வகிக்கப் போகும் குழுக்களைத் தேர்ந்தெடுத்து இருக்கின்றனர். பல மாவட்டங்களில் *70%*, சிலவற்றில் *90%* வரை பங்கேற்புப் பதிவாகி இருக்கிறது. நடைபெற்ற பிரச்சாரமும், மக்களைத் திரட்டியதும், பங்கேற்றதும், பகிர்ந்துகொண்டதும் முன் காணாத புத்துணர்ச்சியைப் பெற்றோர்களுக்கு ஊட்டிய அனுபவம். ஒரு சிறு நம்பிக்கை சாளரம் திறந்திருக்கிறது. தங்கள் குழந்தைகளுக்கு வேறொரு உலகம், இன்றினும் கொஞ்சம் மேம்பட்ட உலகம் சாத்தியம் என்ற நம்பிக்கை சாளரம்; அந்த உலகத்தை ஒரு படி அருகில் கொண்டு வருவதில் தங்களுக்கும் ஒரு சிறு பங்கு உண்டு என்ற நம்பிக்கை சாளரம் திறந்திருக்கும்.

அடுத்து மூன்று கட்டங்கள், மீதி பாதி தொடக்கப் பள்ளிகள், உயர் நிலை, மேல் நிலைப் பள்ளிகளில், நடக்கவிருக்கின்றன.

நம் கண் முன்னால் புதிய வரலாறு படைக்கப்படுகிறது. பள்ளி நிர்வாகம் என்பது அதிகாரப் பரவல் செய்யப்பட்ட ஜனநாயக அமைப்பாக மாறுவதற்கான சாத்தியப்பாடுகள் உள்ளன என்ற நம்பிக்கை அளிக்கிறது.

முன் நிற்கும் சவால்கள் ஏராளம். அரசுப் பள்ளி நிர்வாகத்தில் ஒடுக்கப்பட்ட பெற்றோருக்கு பங்கேற்பு உறுதி செய்யப்படுமா? அல்லது, முன்பு போல் ஏட்டில் நின்றுவிடுமா?

மேலே சொன்னது போல், பள்ளி மேலாண்மைக் குழு வேர்மட்ட ஜனநாயக அமைப்பு. ஜனநாயகத்தின் இலக்கணமான அதிகாரப் பரவல், பயனாளிகள் பங்கேற்பு, நிறுவன கடப்பாடு (*institutional accountability*) ஆகியவற்றில் நிலை கொண்டது. இத்தகைய உயர் விழுமியங்களெல்லாம் ஆதிக்கங்கள் கோலோச்சும் சமுதாயத்தில் சாத்தியமாகுமா?

ஆதிக்கங்கள் உடைபட்டால்தான் சாத்தியமாகும். எந்த ஆதிக்கங்கள்? பெரிய ஆதிக்கங்கள், குட்டி ஆதிக்கங்கள். நம் சமுதாயத்தின் சாவா சாதியம் போல் ஒவ்வொரு மட்டத்திலும் நிலை கொண்டிருக்கும் ஆதிக்கங்கள். மேல் அதிகாரிகளிலிருந்து தொடங்கி பல மட்ட அதிகாரிகள். பள்ளிகளை அடைந்தால், தலைமை ஆசிரியரின் ஆதிக்கம், அவர் கீழ் ஆசிரியர்கள். ஒவ்வொருவருக்கும் ஒரு குட்டி ராஜ்யம். அதிகாரங்களை விட்டுவிட யாருக்குத்தான் மனம் வரும்?

இந் நிலையை மாற்றுவதற்குப் பெரும் முயற்சிகள் தேவை. அடுத்த இரண்டு ஆண்டுகள் சோதனைக் காலம். பெற்றதைப் பேணிக் காக்க வேண்டிய காலம்.

இந்தப் புதிய வரலாற்றின் பிறப்பிடம் எது? தமிழகப் பள்ளிக் கல்வித் துறையின் மேல்மட்ட அதிகாரிகளின் ஆழ்ந்த அர்ப்பணம், மக்களிடம் கொண்ட அசையா நம்பிக்கை, நிர்வாகத் திறமை ஆகியவற்றில் பிறப்பெடுத்த நீரோட்டம். அது ஜீவ நதியாக வேண்டும். அரசின் மேல் மட்டத்திலிருந்து ஆணைகள் பிறந்தால் போதாது. மொத்த சமூகத்தின் பங்கேற்பும் தேவை. கல்வி ஆர்வலர்கள், ஓய்வுபெற்ற பள்ளி, கல்லூரி ஆசிரியர், பெற்றோர், சிவில் சமூக அமைப்பினர், முன்னாள் மாணவர் பலரும் முயற்சி செய்ய வேண்டும். வெளியிலிருந்து நேசக் கரம் நீட்டப்பட வேண்டும். பள்ளிகளின் அச்சம், கதவைத் திறப்பதும், புதிய காற்று வீசுவதும் உகந்ததல்ல என்ற அச்சம் போக்கப்பட வேண்டும். பெற்றோரும், சமூகமும் தங்கள் எதிரிகளல்ல, தோழர்கள் என்ற நம்பிக்கை பிறக்க வேண்டும்.

உள்ளாட்சிகளுக்குப் பள்ளி மேலாண்மைக் குழுவில் முக்கிய பங்கு உண்டு. ஊர்ப் பள்ளி நம் பள்ளி; என்ற ஆழ்ந்த புரிதலுடன், அரவணைக்க வேண்டும். ஆதிக்கம் செலுத்துவதற்கு அல்ல; அர்ப்பணிப்புடன் வளர்த்து, பெருமை பெற என்ற பொறுப்புணர்வு மேலோங்க வேண்டும்.

விளிம்பு நிலையில் ஊசலாடிக் கொண்டிருக்கும் குரலற்ற ஒரு பெரும் மக்கள் திரள் தங்கள் குழந்தைகளின் எதிர் காலம் குறித்த

நம்பிக்கைகளின் குவி மையமாகப் பள்ளி மேலாண்மைக் குழுவைக் காண வேண்டும்.

இல்லம் தேடிக் கல்வி

திட்டம் தொடங்கி ஆறு மாதங்கள் கடந்த பின்... அதன் சொரூபமாக, வடிவமாகக் காட்சியளிப்பவர்கள் அதனை நடத்தும் தன்னார்வலர்கள். தாங்கள் வசிக்கும் குடியிருப்புகளில் மையங்களில் கற்பிக்க விரும்பும் தன்னார்வலர்கள் பதிவு செய்யுமாறு அரசு அறிவித்த போது, ஒரு அதிசயம் காத்திருந்தது. ஒரு லட்சத்துத் தொன்னூறாயிரம் பதிவுகள். அனைவரும் பெண்கள். கிராமங்களில், சிற்றூர்களில் வீடுகளில் முடங்கிக் கிடந்த பெண்கள், பட்டதாரிகள், பள்ளி முடித்தவர்கள் திரண்டு வந்தனர். அரசு நடத்திய பல கட்டத் தேர்வுகளை அனாயாசமாகக் கடந்து, எதிர்ப்புகளைத் தவிடு பொடியாக்கி, தலை நிமிர்ந்து நிற்கும் கல்விப் படை இது. திட்டம் வகுக்கும் போது சிந்தித்தும் பார்க்காத படை. தமிழ் சமூகப் பாற்கடலைக் கடைந்த போது, அதன் ஆழத்திலிருந்து, எதிர்பாராமல் எழுந்து, மண்ணுக்கும், விண்ணுக்குமாய் விஸ்வரூபம் எடுத்த மகாசக்தி.

தன்னார்வலர்களின் ஆர்வமும், அர்ப்பணிப்பும் காண்போரையெல்லாம் வியப்பில் ஆழ்த்துகிறது. பல காலம் ஆசிரியர் இயக்கத் தலைவராக இருந்த ஒருவர் சொல்கிறார், “அந்த சகோதரிகளைப் பார்த்தால், காலில் விழ வேண்டும் போல் இருக்கிறது.” பலர் புதுப்புது கற்பித்தல் முறைகளைக் கையாளுகிறார்கள். தங்கள் சொந்த செலவிலேயே கல்வி உபகரணங்களைத் தயாரிக்கிறார்கள். சென்னை தீவுத் திடலில் நடந்த பொருட்காட்சியில் இல்லம் தேடிக் கல்வி அரங்கம் அனைவரையும் கவ்வி இழுத்தது.

இக் கட்டுரையின் தொடக்கத்தில் குறிப்பிட்ட சாபக்கேட்டிற்கு, பள்ளிகள் சமுதாயத்திலிருந்து அந்நியப்பட்டுக் கிடப்பதற்கு, விமோசனம் தேடும் வாய்ப்பும் தென்படுகிறது. பள்ளி மேலாண்மைக் குழுக்களுக்கான தேர்தல்களில் உறுப்பினர்களாக ஏராளமான தன்னார்வலர்கள் தேர்ந்தெடுக்கப்பட்டிருக்கிறார்கள். பள்ளியையும், சமுதாயத்தையும் இணைக்கும் சங்கிலி அவர்கள். அந்நியப்பட்டவை அன்யோன்யப்படும் விடியல் தென்படுகிறது.

மையங்களில் புதிய கல்வி; சுவர்களை உடைத்த, தடைகளைத் தகர்த்த கல்வி; ‘டீச்சர்’ என்ற அதிகாரச் சொல்லிற்கு பதிலாக,

'அக்கா' என்ற அன்புச் சொல். அன்பின் அரவணைப்பில் அச்சம் தவிர்த்த கற்றல். கேள்வி கேட்கலாம்; சக மாணவருடன் சேர்ந்து விடை தேடலாம்; விடைகள் பலவாயினும் கடிதல் இல்லை; விடுகதைகள் போடலாம். பாடிக் கற்கலாம்; கற்றதை வரையலாம்; நடிக்கலாம். கற்பனைக் குதிரையைத் தட்டி விடலாம்; விண்ணை நோக்கிப் பறக்கலாம். குழந்தைகள் ஆர்வத்துடன் ஓடி வருகிறார்கள். அக்காவிற்காகக் காத்திருக்கிறார்கள். வகுப்பு முடிந்தும் போக மறுக்கிறார்கள்.

பள்ளி ஆசிரியர்கள் ஆரம்பத்தில் ஆத்திரமும், பொறாமையும் கொண்டவர்கள், மையங்களுக்குப் போக மறுத்தவர்கள், இன்று புரிந்து கொள்ளத் தொடங்கி இருக்கிறார்கள்.

உலகம் முழுதும், பல காலமாக மாற்றுக் கல்வி இயக்கங்களும், புரட்சியாளர்களும் கனவு கண்ட கல்வி இதுதானோ? கொரானாவின் கொடையாக நம் மடியில் வந்து வீழ்ந்திருக்கிறதோ?

தமிழ் நாடு இன்று மாடல் ஆகி இருக்கிறது. மற்ற மாநிலங்களுக்கு முன்னுதாரணமாகக் காட்டப்படுகிறது. புகழ் பெற்ற பொருளாதார நிபுணர்- சமூக செயல்பாட்டாளர் ஜான் டிரீஸ் போகுமிடமெல்லாம் 'தமிழகத்தைப் பாருங்கள்' என்று சொல்கிறார்.

குறைகளற்ற நிறைகளேது?

கனவு மெய்ப்பட செய்ய வேண்டியதோ ஏராளம். திட்ட வடிவில் இருக்கும் சில குறைகள் நீக்கப்பட வேண்டும். அரசு அமைப்பை உருவாக்கிவிட்டது. அமைப்பில் ஆன்மாவைக் காணும் பொறுப்பு நம் அனைவரினுடையது.

4

அரசுப் பள்ளிகளில் கலை வண்ணக் கல்வி

தமிழ் நாட்டின் அரசுப் பள்ளிகளில் இன்று அதிசயங்கள் மலரும் திட்டங்கள் அரங்கேறுகின்றன. இசை வெள்ளம்; சலங்கை ஒலி; தாளத்தின் லயம்; வண்ணமய வகுப்பறைகள் விரைவில் காணப் போகிறோம்.

'தமிழக அரசுப் பள்ளிகளில் கலை, கலாச்சாரம்' என்ற திட்டம் பிறந்திருக்கிறது. அரசுப் பள்ளி மாணவர்கள் கலைகளைக் கற்பதற்கென ஒவ்வொரு வாரமும் இரு பாட வேளைகள் ஒதுக்கப்பட்டுள்ளன. 'இம் மண்ணின் மறையாத கலைகள், பாரம்பரியக் கலைகள், உடுக்கை, பறை, ஒயில், கரகம், கும்மி; மயிலாட்டம், தேவராட்டம், பரத நாட்டியம், பொம்மலாட்டம், கூத்து, தோல்பாவைக் கூத்து, தெருக்கூத்து, நாடகம், வரைதல், ஓவியம், களிமண் சிற்பங்கள் செய்தல், குறும்படங்கள் உருவாக்குதல், சமூக விழிப்புணர்வை வளர்க்கும் தமிழிசை...'

இன்றைய தமிழக அரசின் கல்வியை மக்கள்மயமாக்கும் மாபெரும் திட்டம், பள்ளி மேலாண்மைக் குழு, இல்லம் தேடிக் கல்வி என்ற இரு பெரும் வரலாற்றுப் பாய்ச்சல்களாக விரிவடைந்து கொண்டிருக்கும் திட்டம், இன்று மூன்றாம் பரிமாணம் காண்கிறது.

பழமை மட்டுமல்ல; நவீன உலகின் நானாவிதக் கலைகளும்தான். பள்ளிகளில் சிறார் திரைப் படங்களைத் திரையிடும் திட்டம் ஏற்கெனவே தொடங்கப்பட்டு விட்டது. முதல் படமாக, உலகமகா காவியமான சார்லி சாப்ளினின் 'கிட்'(*Kid*)பெரும்பாலான பள்ளிகளில் திரையிடப்பட்டது. மாதந்தோறும் திரையிடப்படும் படங்களைத் தொடர்ந்து, மாணவரிடையே அதைப்பற்றிய விவாதங்கள், விமர்சனங்கள், கற்பனைகள், நடைபெறத் தொடங்கியுள்ளன. மாணவருக்கான பல மட்டப் போட்டிகளும் நடை பெற உள்ளன. பலநாட்டுக் குழந்தைகளின் ரசனை உலகு, நம் அரசுப் பள்ளிக் குழந்தைகளின் கண் முன் விரிகிறது.

கல்வியுடன் கலை மட்டும் அல்ல இது. கலை வழிக் கல்வி. உயிரற்ற, உணர்வற்ற கற்றலுக்கு மாற்றாக, மூச்சு முட்டும் சூழலுக்கு, மனப்பாடம் செய்து கொட்டும் புரியாத கற்றலுக்கு மாற்றாக உருவெடுக்கும் வகுப்பறை. எத்தனை காலத் தவிப்பு! ஆழ் மன ஏக்கம்! திரு. ஆர்.கே. நாராயணன் பாராளுமன்றத்தில் தன் முதல் சொற்பொழிவில் கூறி, மாறாமல் இன்றும் நிலைத்திருக்கும் மறக்க முடியாத சொற்கள், "இந்தியக் கல்வியின் சாபக்கேடு, அது மூழ்கி இருக்கும் புரியாமை இருள்."

பாடலும், ஆடலும், ஒலிக்க, பாடங்களே பாடல்களாக, நாடகமாக, வண்ண ஓவியமாக, பல் பரிமாணம் கொள்ள வேண்டும் என்ற திட்டம் பள்ளிக் கல்வித் துறை தீட்டி வருகிறது. கசக்கும் கற்றல், கலை வழி கற்கண்டாகும். கனவுகளைத் தாங்கித் திட்டம் விரிகிறது. இலக்கணமும், கணிதமும் கதையாக, கவிதையாக மாணவர்களின் நாவில் நர்த்தனமாடப் போகின்றன. மறக்கவியலா அறிவாக சீரணித்து, தன்மயமாகப் போகின்றன.

கலை வழியே கற்பது என்பதற்கு இது மட்டும் பொருளல்ல. கற்பதில் தோல்வியடையும் ஏராளமான நம் மாணவர் பாடங்களைக் கற்பதில், ஆர்வமும், திறமையும் பெறத் தொடங்குவர் என்பது எதிர்பார்ப்பு. தமிழ் நாட்டுப் பள்ளிகளில் பல காலமாகத் தொடரும் அடிப்படைப் பிரச்சனை கற்றல் திறன்களை அடைவதில் பெரும் எண்ணிக்கையிலான மாணவரின் மோசமான தோல்வி. தமிழ் நாடு கல்வியில் முன்னேறிய மாநிலம் என்பதைப் பொய்யாக்கி, கற்றல் திறன்கள் அற்றவராகவே மாணவர் பள்ளிக் கல்வி முடித்தும் வெளி வருகின்றனர். கடந்த பதினைந்து ஆண்டுகளாக, நாடு முழுதும் ஆண்டுதோறும் நடத்தப்படும் *ASER, (Annual Status of Education Report)* இந்த வேதனையைப் படம் பிடித்துக் காட்டிக் கொண்டிருக்கிறது. சமீபத்தில் நடுவண் அரசின் *National Achievement Survey, 2021* ம் தமிழ் நாட்டின் இதே தாழ்ச்சியை வலியுறுத்துகிறது. இந்திய மாநிலங்களில் தமிழ் நாடு 20ஆம் இடம். ஐந்தாம் வகுப்பு மாணவரில் பாதிப் பேர் இரண்டாம் வகுப்புத் தமிழ் புத்தகம் வாசிக்க இயலவில்லை; சிறிய கழித்தல் கணக்குப் போட முடியவில்லை. எட்டாம் வகுப்பு மாணவரில் கணிசமானவர் ஐந்தாம் வகுப்பிற்குறிய திறன்களை அடைய முடியவில்லை.

தீர்வுதான் என்ன? குழந்தைகள் ஒரே வகைப்பட்ட திறமையுடையவரல்ல, பல வகைப்பட்ட திறமைகள், *Multiple Intelligences*, கொண்டவர்கள் என்பது பல ஆழ்ந்த

ஆய்வுகளில் நிரூபணமாகியுள்ளது. வார்த்தைகளில், எண்களில் ஆர்வமற்ற குழந்தை, விளையாட்டு, ஓவியம், பாடல், ஆடலில் ஆர்வமுடையவளாக இருக்கலாம். அவளது ஏதேனும் ஒரு திறமை பாராட்டப்பட்டு, ஏற்றுக் கொள்ளப்பட்டது என்றால், அவளுள் உறங்கும் ஏதோ ஒன்றை விடுவிக்கிறோம், வெளிக்கொணறுகிறோம். அதன் பின், அதுவரை அவளுக்கு ஆர்வம் அற்ற மற்றவற்றையும் கற்றுக் கொள்ளத் தொடங்குவாள். இன்று அரசுப் பள்ளிகளில் தொடங்கும் கலைகள் வழியே, முடக்கப்பட்டு, மறுக்கப்பட்ட நம் குழந்தைகள் எத்தனையோ பேர் புதிய பிறவி எடுப்பர். தமிழ் சமுதாயத்தின் கர்ப்பத்தில் சுருண்டு கிடந்த பெரும் மனித சக்தி, அதன் சுவரைக் கிழித்து எழுந்து, விஸ்வரூபம் எடுக்கும் என்று நம்புவோம்.

இருள் விலகப் போகிறதா? குழந்தைகளின் உதய கானம் கேட்கப் போகிறோமா? இன்றைய வகுப்பறைகள் உண்மையிலேயே மாயாஜால மாற்றம் காணப்போகின்றனவா? தொடக்க விழாதான் நடந்திருக்கிறது. நமது ஆசைகளோ சிறக்கடித்துப் பறக்கின்றன.

உயிர்த்தெழுவது கல்வி மட்டுமல்ல. தமிழ் மண்ணில் புது வெள்ளம் பாய்கிறது. மறைந்து, மறந்து, அழிந்து, புதைந்து வரும் நம் கலைப் பொக்கிஷங்கள் ஒரு அகழ்வாய்வைக் காண்கின்றன. எத்தனை எத்தனை கலைச் செல்வங்களை இழந்து விட்டோம்! இன்று பல்லாயிரம் பள்ளிகளில் பல லட்சம் மாணவர்கள் பயிலப் போகிறார்கள். அழிந்த கலைகள் வாழும் கலைகளாகப் போகின்றன. துடிப்பு மிக்க இளம் உள்ளங்களில் ஆயிரமாயிரம் புதிய பிறவி எடுக்கப் போகின்றன; பயில்தல் மட்டும் அல்ல; படைக்கவும் போகிறார்கள்.

புத்துயிர் பெறப் போவது பாரம்பரியக் கலைகள் மட்டும்அல்ல; அவற்றைப் பேணிக் காத்து வரும் கலைஞரும்தான். பட்டினியில் பரிதவித்து மடிந்து வரும் கலைஞர்கள். ஆண்டுக்கு ஒரு முறை வரும் திருவிழாக்கள் போடும் பிச்சையில் ஆண்டு முழுதும் உயிரைக் கையில் பிடித்துக் கொண்டு வாழும் கலைஞர்கள். மாண்பும், மரியாதையும் மறுக்கப்பட்ட கலைஞர்கள். பள்ளிகளுக்குள் பிரவேசிக்கப் போகின்றனர். ஆசிரியர் ஆகப் போகின்றனர். கற்பிப்போர் அனைவரும் ஆசிரியர் தானே!

கிராமக் கலைகளுடனான உறவு, கிராமங்களுடனான உறவுதானே! அந்த உறவும் உயிர்த்தெழும். பள்ளிக்கும், ஊருக்குமான உறவு. விலகி, உடைந்து போன உறவு. கல்விக்கு இரு வகை

உயிர்ப் பிணைப்புகள் தேவை. ஒன்று உலக அறிவுடனானது. மற்றொன்று நம் மண்ணுடன், மக்களுடனானது. ஆனால், நம் கல்வி முதலாவதில் மட்டுமே நிலை கொண்டிருக்கிறது. இரண்டாவது நாம் மறந்துவிட்ட உயிர் பந்தம். இன்றைய இந்தியக் கல்வியின் மிகப் பெரும் சாபக் கேடாக எனக்குத் தோன்றும் இந்த அன்னியமாதல், கலைக் கலாச்சாரக் கல்வி வழியே புதிய பாலம் காணும். கல்வி வேர் விடும். அந்நியப்பட்டவை அன்யோன்யப்படும். உலகம் முழுதும், பல காலமாக மாற்றுக் கல்வி இயக்கங்களின் கனவு, சித்தாந்தப் பொதுமை, கல்வி வானத்தில் பிறப்பதல்ல, வாழ்க்கையில் பிறப்பது என்பதுதான்.

"சமூக விழிப்புணர்வைத் தரும் பாடல்களை தமிழிசை வடிவத்தில் மாணவர்கள் கற்பார்கள்", என்று திட்ட விளக்கக் குறிப்பு சொல்கிறது. இந்தச் சொற்களில் என் கனவுகள் இறக்கைக் கட்டிப் பறக்கின்றன. நம் அரசுப் பள்ளி மாணவர், கடைக் கோடிக் குழந்தை, தன்னைப்பற்றி, சமூகத்தைப்பற்றி, வாழ்வின் வளங்களும், வறுமையும் பற்றி, தான் இழந்தது பற்றி, தட்டிப் பறிக்கப்பட்டது பற்றி, கொன்று குவிக்க வேண்டிய கொடும் அநீதிகளைப்பற்றி, வென்று எழ வேண்டிய ஏழுலகங்களைப் பற்றி,.. கலை வழியானதால் ரத்தத்தில் கலந்த கல்வி, இவை அனைத்தையும் சாத்தியமாக்குமா?

முன்னிற்கும் ஏராளமான சவால்களை சந்தித்து எழுந்தால் சாத்தியமாகும். கல்விக்கான புதிய இலக்கணம் இது. இலக்கணம் வகுப்பதைத் தங்கள் ஏகபோகமாக இதுகாரும் இருமாப்புடன் ஏந்தி இருக்கும் மேல் வர்க்க-சாதிக் கூட்டமைப்பு, அதில் ஒரு சிறு சலனத்தையும் அனுமதித்து விடாது. முழுமைத்துவம் நோக்கிப் படரும் கல்வி தாங்கள் மட்டுமே அனுபவிக்கும் அனுகூலங்களில் ஒரு துளியையும் பறித்து விட சம்மதியாது. மனிதனை மனிதன் விழுங்கும் போட்டி உலகிற்கு பலி கடாக்களாக்கப்பட்ட குழந்தைகளுக்கு எளிதில் விடுதலை அளித்துவிடாது. மார்கின் (mark) மகிமையும், மார்க்கெட்டின் மகிமையுமே கல்வி என்ற ஒற்றை சூத்திரம் மீறப்பட வேண்டும்.

தமிழக அரசின் கனவுக் கல்லில் விழும் மாங்காய்களல்ல. ஒரு மந்திரக் கோலின் விந்தை ஸ்பரிசத்தில் உயிர்த்தெழும் அணுக்கள்.

5

ஊர் கூடும் மையம் – தேரிழுக்கும் மையம்

(தமிழ் இந்துவில் ‘ஊர் கூடும் மையம், உலகின் ஜன்னல்கள் திறக்கட்டும்’ என்ற தலைப்பில் வெளி வந்தது.)

ஊர் கூடினால் தேர் மட்டுமா, மலையையே இழுக்க முடியும். கூடுவதுதான் அதிசயம். கூடாமல் தடுக்கும் அபார வலிமை கொண்ட சக்திகள் எத்தனை எத்தனை!

அவற்றை மீறி ஊர் கூடினால், வரலாற்று சாதனைகள் எத்தனை சாத்தியமாகும்!

இது பகற் கனவா? கனவைத் தரைக்கிறக்க ஒரு படி அமைக்கும் முயற்சி இது. முயற்சிக்கு வடிவும், வலுவும் சேர்ப்பது தமிழ் நாட்டின் சமீபகால சில முன்னெடுப்புகளும், அவை தோற்றுவித்த நம்பிக்கை அலைகளும்.

ஒன்று, அரசுப் பள்ளி தோறும் இன்று நிறுவப்பட்டு, இயங்கத் தொடங்கி இருக்கும், பெற்றோர், பெரும்பாலானவர் பெண்களைக் கொண்ட பள்ளி மேலாண்மைக் குழுக்கள்.

அடுத்தது தமிழக அரசின் இல்லம் தேடிக் கல்வித் திட்டம், கடந்த ஓராண்டாக கொரானா காலக் கற்றல் பேரிழப்பை ஈடு செய்ய, கிராமம் தோறும், குடியிருப்பு தோறும் இயங்கி வரும் இல்லம் தேடிக் கல்வி மையங்கள். ஒவ்வொன்றிலும் கற்பிக்கும் பொறுப்பை ஏற்றிருப்பவர் அந்த கிராமத்தைச் சேர்ந்த கல்வி கற்ற பெண்கள்; அதில் ஒருவர் பட்டம் பெற்றவர். இரண்டும் கல்வியை மக்கள் மயமாக்கும் மாபெரும் கனவின் களமிறங்கு வடிவங்கள்.

இவ் விரண்டில், இல்லம் தேடிக் கல்வி முடிவை நோக்கி நகர்கிறது. கொரோனா இழப்பை ஈடு செய்ய வடிவமைக்கப்பட்ட குறுகிய காலத் திட்டம். அதற்கு பதிலாக ஊர் கூடும் மையம் உருவெடுக்க வேண்டும்.. அரசும் இல்லம் தேடிக் கல்வித் திட்டத்தைத்

தொடரலாமா அல்லது முடித்து விடலாமா என்ற குழப்பத்தில் இருப்பதாகக் கேள்விப்படுகிறோம்.

மையத்திற்கு ஒரு வடிவம்

ஒவ்வொரு குடியிருப்புக்கும் (*hamlet*) ஒரு மையம். அருகிலிருக்கும் பள்ளியின் பள்ளி மேலாண்மைக் குழுவின் பொறுப்பில் இயங்கும். மையத்தை நிறுவும் பொறுப்பு ஊராட்சி நிர்வாகத்தைச் சார்ந்தது. ஊராட்சி உறுப்பினர் இருவர் பள்ளி மேலாண்மைக் குழு உறுப்பினராக உள்ளனர்.

தமிழக அரசின் பள்ளிக் கல்வித் துறை, கிராம / நகர வளர்ச்சித் துறைகள் நிதிப் பொறுப்பு ஏற்கும். நிதி ஏதும் அதிகம் தேவைப்படாத திட்டம் இது.

மையம் அமையும் இடம்: வசதிக்கு ஏற்றவாறு அமைத்துக் கொள்ளலாம். ஊரில் நூலகம் இருந்தால் (அது பெரும்பாலும் உபயோகத்தில் இல்லாமல், நூலகர் இல்லாமல், பூட்டிக் கிடக்கும்) அதை மையமாக மாற்றிக் கொள்ளலாம். நகர் பகுதிகளில் சமுதாயக் கூடங்கள் போன்ற பொது இடங்கள். எதுவும் இல்லாவிடில், ஒரு சிறு கட்டிடம் கட்டிக் கொள்ளலாம்.

மையத்தை அன்றாடம் நடத்தும் பொறுப்பு இல்லம் தேடிக் கல்வியின் அந்தந்த குடியிருப்புத் தன்னார்வலர் இருவரிடம் அளிக்கப்படும். அதில் ஒருவர், ஏற்கனவே பள்ளி மேலாண்மைக் குழுவின் கல்வியாளராக ஒவ்வொரு பள்ளியிலும் நியமிக்கப்பட்டு, பொறுப்பேற்றிருக்கிறார். இவர்களுக்கு அரசு தற்பொழுது அளிக்கும் மதிப்பூதியம் தொடர்ந்து அளிக்கப்பட வேண்டும். ஓரளவேனும் அது அதிகரித்துக் கொடுக்க முடிந்தால், பெரும் நீண்ட காலப் பயனளிக்கும். இந்த இருவர் தவிர பள்ளி மேலாண்மைக் குழுவின் மற்ற உறுப்பினர்களும் மையத்தை நடத்துவதில் பங்கேற்பர்.

மையம் நாள் முழுதும் ஊர் மக்களுக்காகத் திறந்திருக்கும். காலை 9.00 முதல் மாலை 8.00 மணி வரை, வாரம் 7 நாட்களும் நடக்கலாம். அல்லது வசதிக்கு ஏற்ற வண்ணம் அமைத்துக் கொள்ளலாம்.

மையத்தின் மையம் புத்தகங்கள்

மையத்தின் மையம் புத்தகங்கள் வைக்கும் அலமாரிகள். இதில் வைக்கப்படும் புத்தகங்கள் பல வகைகளில் திரட்டப்படும். அருகில் இருக்கும் பள்ளி நூலகத்திலிருந்து புத்தகங்கள் கொண்டுவரப்பட்டு,

அனைவரும் பயன்படுத்தும் வண்ணம் பாதுகாக்கப்பட வேண்டும். பள்ளி மேலாண்மைக் குழுவின் பொறுப்பில் மையம் இயங்குவதால், அது அவர்கள் பொறுப்பில், கண்காணிப்பில் இயங்கும். புத்தகங்கள் பள்ளி / ஊர் நூலகத்திலிருந்து ஆசிரியர் / நூலகர் / கல்வியாளரால் தேர்ந்தெடுத்து மைய அல்மைராவில் வைக்கப்படும். ஓரிரண்டு நாளிதழ்கள் வாங்கப்பட வேண்டும்.

இன்று தமிழக அரசின் பள்ளிக் கல்வித் துறை வாசிப்பு இயக்கம் என்ற ஒன்றைத் தொடங்கி, பள்ளிக் குழந்தைகளின் வகுப்புக்கு ஏற்ற வண்ணம், மிக எளிமையான, அழகிய படங்கள் கொண்ட புத்தகங்களை, பல லட்சக் கணக்கில் வெளிக் கொண்டு வரும் திட்டத்தைத் தொடங்கி நடத்தி வருகிறது. பள்ளிகளுக்கு அளிப்பதுடன், ஒவ்வொரு குடியிருப்பின் இந்த ஊர் கூடும் மையங்களுக்கும் அரசின் கல்வித் துறை அளிக்க வேண்டும். அது அற்புதமான விளைவுகள் ஏற்படுத்தும்.

வாசிப்பு இயக்கம் முழு வீச்சில் நடக்கும் முக்கியக் களமாக கிராமம் தோறும், நகரத் தெருக்கள் தோறும் மையங்கள் செயல்படும். வாசிப்பை மக்கள் கலாச்சாரமாக வளர்த்தெடுப்பதும், அதன் வழி ஒரு அறிவார்ந்த சமுதாயத்தை உருவாக்குவதும் தொடு வானில் அழைக்கும் ஒரு லட்சியம்.

அத்துடன், ஊர் கூடும் மையம் பல்வேறு வகைப்பட்ட கற்றல்களுக்கு, உரையாடல்களுக்கு, கலைகளுக்கு, விளையாட்டுகளுக்கு, திரைப்படம், நாடகம் நடத்துவதற்கு அல்லது மக்கள் கூடி அரட்டை அடிப்பதற்கு, அனைத்துக்கும் பயன்படும் இடம்.

மையத்தின் முதல் பணி, ஊரின் வளர் இளம் பருவத்தினருக்குப் பொறுப்பும், முதிர்ச்சியும் அளிக்கும் ஈடுபாடுகளை உருவாக்குவது. வளர் இளம் பருவத்துப் பள்ளி மாணவர் வன்முறையில் ஈடுபடுவது இன்று பேசு பொருளாகி இருக்கிறது. மாணவர் குற்றவாளிக் கூண்டில் நிறுத்தப்பட்டிருக்கிறார்கள். அவரது பிரச்சனைகள் இன்று விடையற்ற கேள்விகளாக நம் முன் நிற்கின்றன. பெற்றோர், கல்வி நிலையங்கள், சமூகம் செய்வதறியாது திகைத்து நிற்கின்றனர்.

அவர்களுக்குப் பொறுப்பு அளிக்கும் செயல்பாடுகள் இம் மையத்தில் நடத்தலாம். குறிப்பாக, விருப்பமுடைய இளைஞர் முன் வந்து, தொடக்க / இடைநிலைப் பள்ளி மாணவருக்கு, வாசிக்கக் கற்பிக்கலாம். தினந்தோறும் 5.00 மணிக்கு மேல், ஊர்

சிறுவர்களுக்கு, இந்தப் பொறுப்பை ஏற்றுக் கொண்ட உயர் நிலை / மேல் நிலை / இடை நிலை வகுப்பு மாணவர் வாசிக்கக் கற்றுத் தருதல். ஏற்கனவே தொடங்கவிருக்கும் வாசிப்பு இயக்கத்தின் முக்கிய படையாக இயங்கும்.

ஊரில் இருக்கும் கற்றுத் தரும் ஆர்வமுடையவர் எவராயினும் முன் வந்து, கற்றுக் கொள்ள விருப்பமுடையவர்களுக்குக் கற்பிக்கலாம். மாணவராகத்தான் இருக்க வேண்டிய அவசியமில்லை. வயது வந்தவருக்கும் கற்பிக்கலாம்.

கற்பிக்கும் தகுதியுடையோர் எத்தனை பேர் ஊரில் இருக்கின்றனர்! பணியிலிருந்து ஓய்வு பெற்ற ஆசிரியர், தலைமை ஆசிரியர், பல வகைப்பட்ட அரசுப் பணியிலிருந்து ஓய்வு பெற்றவர், தனியார் துறையிலிருந்து ஓய்வு பெற்றவர், இப்படி எவரும் முன் வந்து, மையத்தில் பல நிகழ்ச்சிகளை நடத்தலாம். 58 / 60 வயதில் ஓய்வு பெற்று, 20-25 ஆண்டுகள் சோம்பிக் கிடக்காமல், பயனுள்ள செயல்களில் ஈடுபடலாம். வாழ்வில் பெரும் நிறைவும், மகிழ்ச்சியும் கிட்டும்.

ஊர்ப் பெண்களுக்குக் கூடுவதற்கான ஒரு பொது இடம் இது ஒன்றுதான். டீக் கடையில் கூடி அரட்டை அடிக்கும் சுகம் நம் பெண்களுக்கு ஏது? அது ஆண்களுக்கே உரிய இடம். சாமானியப் பெண்களுக்கு அந்த சுதந்திரம் கிடைக்க வேண்டும் என்றால், இது போன்ற ஒரு பொது இடம் தேவை. பெண்களின் பொறுப்பில் நடத்தப்படுவதால், பெண்கள் கூடுவதற்கு ஏதுவானதாகவும் இருக்கும். மனிதர்களுக்குள் *Brotherhood* உருவாக வேண்டும் என்று பேசுகிறோம். *Sisterhood* (ஆண்களையும் சேர்த்ததுதான்) உருவாகும் வழி பிறக்கும்.

டாஸ்மாக்கில் இருந்து தள்ளாடி வரும் ஆண்களைக் கொஞ்சம் தயங்கச் செய்யும் சாத்தியப்பாடும் இருக்கலாம். வீட்டில் நுழைந்தவுடன், அடிப்பதற்கான கதியற்ற பெண்ணின் பின்னால் ஒரு பெண்கள் படை இருக்கிறது என்ற நினைவு இருந்தால், ஓங்கிய கை கொஞ்சம் தயங்கும். அந்தப் பொறுப்பையும் மையம் காலப் போக்கில் செய்யும்.

ஊரில் இருக்கும் கல்வி கற்ற பெண்கள் அதிகம் படித்திராத பெண்களுக்கு, இருவருக்கும் நேரம் கிடைக்கும் போது, மையத்தில் கற்றுத் தரலாம். அதற்கு ஏற்றார் போல் புத்தகங்களும் மையத்தில் இருக்க வேண்டும். அறிவொளி இயக்கம் பயன்படுத்திய

neo-literatesக்கான புத்தகங்கள், தற்பொழுது வாசிப்பு இயக்கம் உருவாக்கும் புத்தகங்கள் பயன்படுத்தலாம்.

இந்த உறவாடல் ஒரு வழிப் பாதையல்ல. வயது முதிர்ந்த பெண்கள் தங்களுக்குத் தெரிந்த கை வண்ணங்களை மற்ற பெண்களுக்குக் கற்பிக்கலாம். பல வகைப்பட்ட ருசிகர சமையல், வத்தல் வார்த்தல், கும்மி, கோலாட்டம் இப்படி எத்தனையோ! ஆண்களும் கற்கலாம். வீட்டு சமையல் பெண்களின் பொறுப்பு, சாப்பிட்டு ஏப்பம் விடுவது மட்டுமே ஆண்களின் உரிமை என்ற விதிகளையும் தகர்க்கலாம்.

அந்த ஊரில், பக்கத்து ஊர்களில் பல கலைகள், விளையாட்டுகள் தெரிந்தவர்களை அழைத்து வந்து, குழந்தைகள், பெரியவர் அனைவரும் கற்கலாம். வெகுதூரத்தில் இருந்தும், வெளி நாடுகளில் இருந்தும் ஊருக்கு விடுமுறைக்கு வருபவர்கள் உலகின் ஜன்னல்களைத் திறந்து விடலாம்.

இவற்றுடன், நம் சமூக சாபக்கேடுகளும் ஒழிய உதவுமா? ஆதிக்க சாதிகள், மற்றவர்கள் வாழும் தெருக்கள் என்ற ஆயிரம் காலத்துப் பாகுபடுத்தும் கொடுமைகள் ஒழியுமா? அனைத்தும் நம் கையில்தான்.

ஒவ்வொரு ஊரின் மையமும் ஒரு விதம். ஆயிரம் பூக்கள் மலரும். ஆயிரம் கரங்கள் இணையும்.

6
இளைஞரை நம்புவோம்

மாண்புமிகு தமிழக முதலமைச்சர் திரு. ஸ்டாலின் அவர்கள் சில நாட்களுக்கு முன் ஒரு நிகழ்ச்சியில் பேசும்போது, "இளைஞர்களைப் பண்பு மிக்கவர்களாக வளர்க்க வேண்டும், பிள்ளைகளை அறிவாற்றல், தனித் திறமை, சமூக நோக்க மனப்பான்மை கொண்டவர்களாக வளர்க்க வேண்டும்" என்று பேசி இருக்கிறார். சமீபத்தில் ஒரு மாணவி ரெயிலின் முன் தள்ளப்பட்டு, கொடூரமாகக் கொலை செய்யப்பட்ட துயரத்தை அறிந்து தான் 'நொறுங்கிப் போயிருப்பதாக' வேதனைப் பட்டிருக்கிறார்.

பள்ளி மாணவர் வன்முறையில் ஈடுபடுவது இன்று பேசு பொருளாகி இருக்கிறது. மாணவர் குற்றவாளிக் கூண்டில் நிறுத்தப்பட்டிருக்கிறார்கள்.

"இந்தக் காலத்துப் பசங்களே இப்படித்தான், சார். யார் பேச்சும் கேக்க மாட்டாங்க. உருப்படவா போறாங்க!" "கலி முத்திப் போச்சு. இந்தப் பசங்களப் பாத்தா தெரியல்ல!" இந்த வார்த்தைகள் ஒலிக்காத இடமே இல்லை. பள்ளிகளில் கொஞ்சம் கூடுதலாக... "இவனுகளை எல்லாம் அடிக்கக் கூடாதுன்னு சட்டம் வேற. அடியாத மாடு படியாது."

அடித்தால் மாடு ஒரு வேளை படியலாம். மனிதன் படிய மாட்டான். தறி கெட்டு ஓடுவான்.

நம் தலைமுறையின் பெரும் சோகம் இது. இந்தப் பிரச்சனைக்கு முன்னுரிமை கொடுத்து, சமுதாயம் முழுதும் சிந்தித்து, செயல்படா விட்டால், ஒரு தலைமுறையையே இழந்து விடுவோம்.

6ஆம் வகுப்பிற்கு மேல், குறிப்பாக 9ஆம் வகுப்பிற்கு மேலான வளரிளம் பருவத்தினர், adolescents குறித்த பிரச்சனைகள் இன்று விடையற்ற கேள்விகளாக நம் முன் நிற்கின்றன. இந்த இளைஞர்கள் வன்முறை, போதைப் பழக்கம், online gaming போன்ற

சூதாட்டங்களிலும், மற்ற பல சுய அழிவிலும், சமூக விரோத செயல்களிலும் ஈடுபட்டு, தங்களை இழந்து வருகிறார்கள். பெற்றோர், கல்வி நிலையங்கள், சமூகம் செய்வதறியாது திகைத்து நிற்கின்றனர்.

வளர் இளம் பருவத்தில்தான் (adolescence) மாணவர் இது போன்ற செயல்களில் ஈடுபடுகிறார்கள். இந்தப் பருவம் அனைத்து உலக நாடுகளிலும் ஒரு சவாலான காலகட்டமாகத்தான் பார்க்கப்படுகிறது. இக்கட்டத்தில் பெரும் அளவில் மன உளைச்சலுக்கு மாணவர்கள், பாலின பாகுபாடு இன்றி, பாதிக்கப்படுவது உண்மை. இந்த வளர் இளம் பருவக் காலகட்டத்தை எவ்வாறு கையாள வேண்டும் என்பதற்குப் பலவிதமான உளவியல் கருத்துக்கள் உள்ளன.

வளர் இளம் பருவம் தன்னை, தன் உடலில் ஏற்படும் மாற்றங்களை, தன் உலகைப் புரிந்து கொள்ளத் தவிக்கும் காலம்; அன்புக்காக, புரிதலுக்காக, அரவணைப்புக்காக, உதவிக்காக, ஏற்புக்காக, அங்கீகாரத்திற்காகத் தவிக்கின்ற காலம். அந்தப் புரிதலுடன், அவர்களை அழிவிலிருந்தும், தமிழ் சமூகம் முழுவதையும் ஈடு செய்யவியலா பெரும் இழப்பிலிருந்தும் காக்க வேண்டும்.

ஒரு திட்டத்தை இங்கு முன் வைக்க விரும்புகிறேன்.

வளரிளம் பருவத்தினரை (adolescents) சமூக மேம்பாட்டுச் (socially constructive) செயல்களில் ஈடுபடச் செய்வது அவர்களுக்குப் பொறுப்பும், முதிர்ச்சியும் (maturity) அளிக்கும். அத்தகைய ஈடுபாடுகள், அவர்களைப் பேயாய் பிடித்து ஆட்டிக் கொண்டிருக்கும் நுகர் கலாச்சார மோகம், பகட்டு உலகின் பளபளப்புகள், அரித்தெடுக்கும் பொறாமைகள், சுய பச்சாதாபம் போன்றவற்றிலிருந்து காத்து, பொறுப்புடைய மனிதர்களாக்கும்.

அதன் மந்திரச் சொல் 'பொறுப்பு'. எந்தப் பொறுப்பு? எதற்கான பொறுப்பு? "இந்தத் தறுதலைகளை நம்பி, பொறுப்பைக் கொடுக்க முடியுமா?" பிரச்சனையே இளைஞர்கள் பெரியவர்களிடம் (adults) நம்பிக்கை இழந்துவிட்டதுதான். அவர்களது நம்பிக்கைக்கு உரியவர்களாக நாம் என்ன செய்து விட்டோம்? எத்தகைய உலகை அவர்கள் வாழக் கொடுத்திருக்கிறோம்? கொடிய வறுமை, ஏற்றத் தாழ்வுகள், வாய்ப்பின்மை, வேலையின்மை, சாதியம், பெண்ணடிமை... இந்த உலகைப் படைத்தவர்கள் நாம்தான், இளைஞர்கள் அல்ல; நாம்தான் குற்றவாளிகள், அவர்களல்ல. இளைஞரின் நம்பிக்கைக்கு உரியவர்களாக நாம் மாற வேண்டும். அதற்கு நாம் அவர்களை நம்ப வேண்டும். பொறுப்பை ஏற்போம். ஒரு பாதை தேடுவோம்.

வாசிக்கும் தமிழகம்: மாணவ – ஆசிரியர்

எனக்குத் தோன்றும் பாதை: பள்ளிகளில் வளரிளம் பருவத்து மாணவர், 10 வயதுக்கு மேற்பட்டவர்கள், மற்ற மாணவர்களுக்கு வாசிக்கக் கற்றுத் தருதல். தொடக்கக் கல்வி வகுப்பு மாணவருக்கு நன்கு வாசிக்கத் தெரிந்த நடு நிலை வகுப்பு மாணவரோ, உயர், மேல் நிலை வகுப்பு மாணவரோ, கற்பிக்கலாம். வாசிப்பிற்காக ஒதுக்கப்படும் நேரத்திலோ, பள்ளி நேரத்திற்கு அப்பாலோ இது நடக்கலாம்.

எத்தகைய வற்புறுத்தலும் இன்றி, கற்றுத்தர முன்வரும் மாணவர்களை மட்டும் இதில் ஈடுபடுத்தலாம். சிறப்பாகப் பணி புரிந்து, பல மாணவருக்கு வாசிக்கும் திறன் அளித்த மாணவ-ஆசிரியர்களுக்கு அங்கீகாரமும், பாராட்டும், சான்றிதழும் அளிக்கலாம். தொடக்கத்தில் வெகு சில மாணவரே முன் வந்தாலும், அவர்களுக்குக் கிடைக்கும் சிறப்பும், பாராட்டும் விரைவில் மற்றவர்களை ஈர்த்து வரும்.

தங்களைவிட வயதில் / வாசிக்கும் திறனில் குறைந்த மாணவர்களுக்குக் கற்பிக்கும் பணி வளரிளம் பருவத்து மாணவருக்கு மிகுந்த பொறுப்பும், பெருமையும், நிறைவும், மகிழ்ச்சியும் அளிக்கும். எதிர்காலம் குறித்த நம்பிக்கை இழந்துவிட்ட அவர்களது வாழ்விற்கு அர்த்தமும் அளிக்கும்.

சிறிய கதை புத்தகங்கள், வயதிற்கு ஏற்ற சிறார் நூல்கள், குழந்தை உலகைக் கண் முன் விரிக்கும், வண்ண வண்ண அழகிய நூல்கள். பாட நூல்களுக்கு அப்பால், வகுப்பறையின் மூச்சு முட்டும் சூழலுக்கு அப்பால், ருசித்து வாசிக்கும் ஒரு பத்துப் பக்கத்து, சிறு நூல்கள், வானில் சிறகடிக்கக் கற்பிக்கும் சின்னஞ் சிறு, கைக்கடக்கமான புத்தகங்கள். பூட்டிக் கிடக்கும் பள்ளி நூலகத்திலிருந்து, தூசு தட்டப்பட்டு, விடுதலை பெற்ற புத்தகங்கள், பறந்து வந்து, குழந்தைகளின் கைகளில் தவழும். அத்துடன், இன்று தமிழக அரசு தொடங்கி இருக்கும் வாசிப்பு இயக்கம் குழைந்தைகளுக்கு ஏற்ற அற்புதமான 53 புத்தகங்களை லட்சக் கணக்கில் வெளியிட்டு, அனைத்துப் பள்ளிகளுக்கும் அனுப்பி இருக்கிறது. அவற்றைப் பெருமளவு இந்த மாணவ-ஆசிரியர் பயன்படுத்தக் கொடுக்கலாம்.

இவர்களை நம்பி இத்தகைய பொறுப்பை அளிக்கலாமா? வாசிக்கக் கற்றுத் தருவதற்கு இவர்களுக்கு என்ன பயிற்சி இருக்கிறது? மாணவ-ஆசிரியருக்குப் பயிற்சிகள் ஏதும் தேவையில்லை. நன்கு வாசிப்பவர் என்று ஆசிரியர் உறுதியளித்தால் போதும்.

வாசிக்கப் போவது சிறிய சிறார் புத்தகங்கள்தான்; பாண்டித்தியக் களஞ்சியங்களல்ல..

குழந்தைகள் வாசிப்பது மட்டுமல்ல; வாசிப்பதை மற்ற குழந்தைகளுடன் பகிர்ந்து கொள்ள, அதை நாடமாக்க, பாடலாக்க, ஓவியமாக்க, மாணவ-ஆசிரியருடன் சேர்ந்தே பயில்வர்.

ஒரு கல்லில் இரண்டு மாங்காய்:

இத் திட்டம் கற்பிக்கும் வளரிளம் பருவத்தினருக்கு மட்டுமன்றி, கற்கும் குழந்தைகளுக்கும் பெரும் பலனளிக்கும். தமிழ் நாட்டுப் பள்ளிகளில் மாணவர் கற்றல் திறன்களில், தாய் மொழியில் அடிப்படையாக வாசிக்கும் திறன்கள் முதற்கொண்டு, மிகவும் தாழ்ந்து இருக்கின்றனர் என்பது பல ஆண்டுகளாக மீண்டும், மீண்டும் நிரூபிக்கப் பட்டதொன்று. பல ஆண்டுகளாக நடந்து வரும் தேசிய அளவிலான ஆய்வுகள் இந்த வேதனையைப் படம் பிடித்துக் காட்டி இருக்கின்றன. தீர்வு அறியாது தமிழகம் திணருகிறது.

குழந்தைகள் சிறப்பாகக் கற்கும் முறைகளில் ஒன்றாக ஒத்தவரிடம் கற்றல் (*Peer Learning*) பல நாடுகளில் பல காலமாகக் கடைபிடிக்கப்படுகிறது. மாண்டிசோரி முறையிலும், பல வகைப்பட்ட செயல் வழிக் கற்றல் முறைகளிலும் இது முக்கிய அம்சம். குழந்தைகள் ஆசிரியரிடமிருந்து கற்பதைவிட மற்றக் குழந்தைகளிடமிருந்து, தங்கள் வயதே உடைய, அல்லது சிறிது வயதில் மூத்த குழந்தைகளிடமிருந்து, சிறப்பாக, ஆர்வத்துடன் கற்கின்றனர் என்பது உலகெங்கும் நிரூபிக்கப்பட்ட ஒன்று. இம் முறையை இந்தத் திட்டத்திற்கும் பயன்படுத்தலாம்.

திட்ட வடிவம்:

- தமிழ் நாட்டின் பல்லாயிரக் கணக்கான, அனைத்து அரசு, அரசு உதவி பெறும் பள்ளிகளிலும் ஒரே சமயத்தில் அறிமுகப்படுத்தலாம்.
- அனைத்துப் பள்ளிகளிலும் 6 - 12 வகுப்பு மாணவரில் நன்கு வாசிக்கும் திறன் கொண்ட மாணவரை ஆசிரியர் இனம் கண்டு, சான்றளிக்க வேண்டும்.
- அவ்வாறு அறியப்பட்ட மாணவரில், மற்ற மாணவருக்குக் கற்பிக்கும் விருப்பமுடைய மாணவரை முன்வர தலைமை ஆசிரியர் / ஆசிரியர் அழைப்பு விடுக்கலாம். இதன் பெருமையையும், பலனையும் குறித்து விளக்க வேண்டும்.

- அவ்வாறு தேர்ந்தெடுக்கப்பட்டு, விருப்பம் தெரிவித்த மாணவரைத் திட்டத்திற்குத் தேர்ந்தெடுக்கலாம்.

- திட்டம் வாரம் இரு நாட்கள் நடக்கும்.

- ஒவ்வொரு மாணவ- ஆசிரியருக்கும் 10-15 சிறிய வகுப்பு மாணவருக்குக் கற்பிக்கும் பொறுப்பை அளிக்கலாம்.

- வகுப்புகள் பள்ளி நேரத்திற்கு அப்பால் நடக்கும்.

- மாணவ-ஆசிரியர், மாணவர் இருவரும் பள்ளிக்கு அருகமையில் இருக்கும் ஊர்/ தெருக்களில் வசிப்பவராதலால், பள்ளி நேரத்திற்கு அப்பால் இந்த வகுப்புகளுக்கு வருவதில் சிரமமிருக்காது. தற்பொழுது இல்லம் தேடிக் கல்வி வகுப்புகள் போல் நடத்தலாம்.

- வகுப்புகள் பள்ளி வளாகத்தில் நடக்க வேண்டும். பள்ளி வளாகம் மாணவரின் திறன் வளர்க்கப் பயன்படுத்தப்பட வேண்டும். பள்ளி சமுதாயத்தின் சொத்து என்பது அனைவராலும் ஏற்கப்பட வேண்டும்.

- மாணவ-ஆசிரியர், மாணவர் இருவரும் பள்ளி நேரத்திற்கு அப்பால், சிறிது நேரம் வீட்டிற்குச் சென்று விட்டு இந்த வகுப்புகளுக்கு வரலாம்.

- 1-5 வரை மட்டும் வகுப்புகள் கொண்ட பள்ளிகளில் கற்பிப்பதற்கான உயர் வகுப்பு மாணவர் இல்லையாதலால், அவர்களுக்கு அருகிலிருக்கும் நடு / உயர் / மேல் நிலைப் பள்ளி மாணவர், அருகில் இருக்கும் ஊர்களைச் சேர்ந்தவர்கள் கற்பிக்கலாம்.

- மாணவரின் வயதிற்கு ஏற்ற புத்தகங்களை பள்ளி நூலகங்களில் இருந்து ஆசிரியர் / நூலகர் தேர்ந்தெடுத்து, இந்த வகுப்புகளுக்கு அளிக்கலாம். அதற்கு உரிய தகுதியும், பொறுப்பும் ஆசிரியருக்கு நிச்சயம் உண்டு. அத்துடன், இன்று பள்ளிக் கல்வித் துறை ஒரு பெரும் முயற்சியை செய்திருக்கிறது. அனைத்து அரசு பள்ளிகளிலும் நூலகங்களில் இருக்கும் அனைத்துப் புத்தகங்களும் பட்டியலிடப்பட்டு, கணினியில் ஏற்றப்பட்டு, துறையின் தலைமை அலுவலகத்துடன் இணைக்கப் பட்டிருக்கின்றன. துறை அலுவலகத்திலிருந்தே எந்தப் புத்தகம் எந்த நூலகத்திலிருக்கிறது, யாருக்குக் கொடுக்கப்பட்டிருக்கிறது என்பதை அறிந்து கொள்ள

இயலும். ஆகவே, தவறான புத்தகங்கள் மாணவர் கைக்குப் போய்விட்டன என்ற அச்சம் தேவையில்லை.

- திட்டம் முழுதும் பள்ளி மேலாண்மைக் குழுவின் பொறுப்பில் / மேற்பார்வையில் நடக்கும். இன்றைய தமிழக அரசின் மாபெரும் சாதனை பெற்றோரும், உள்ளாட்சிகளும் இணைந்த, பொறுப்பும், அதிகாரமும் கொண்ட பள்ளி மேலாண்மைக் குழுக்கள் உருவாகி, இயங்கி வருதல். தங்கள் குடும்பத்து இளைஞர் சீரழியாமல் காப்பதில் பெற்றோரும், ஊர் மக்களும் அன்றி யாருக்கு அக்கறை இருக்க முடியும்? அவர்களது பொறுப்பில் இந்த வகுப்புகள் நடைபெறுவதே சாலச் சிறந்தது.

- மேலாண்மைக் குழு உறுப்பினர் வாரம் இரண்டு நாட்கள் பொறுப்பினைப் பகிர்ந்து கொண்டோ, அல்லது குழுவின் கல்வியாளர், அவ்வூரைச் சேர்ந்த இல்லம் தேடிக் கல்வித் தன்னார்வலர் கண்காணிப்பிலோ திட்டம் நடைபெறும். நூலகரும், விருப்பமுடைய ஆசிரியரும் பங்கேற்றால் கூடுதல் நலம்.

- திட்டத்தில் அரசுக்கு எந்த கூடுதல் நிதிச் சுமையும் இல்லை. கற்கும் மாணவர், கற்பிக்கும் மாணவர், கண்காணிக்கும் மேலாண்மைக் குழுவினர் அனைவரும் பள்ளியையோ, அருகமையையோ சேர்ந்தவர். புத்தகங்கள் பள்ளி நூலகம், அல்லது ஊர் நூலகத்தைச் சேர்ந்தவை. செலவு இல்லை. வரவோ அளப்பரியது.

திட்டத்தின் பிரம்மாண்டம் பிரமிக்க வைப்பது. தமிழ் நாட்டின் பல லட்சம் மாணவ இளைஞர் அழிவிலிருந்து தப்பியோ, மீண்டோ ஒளி படைத்த எதிர் காலம் காண்பதற்கான களம் திறக்கிறது. குழந்தைகள் இது வரை பெறாத வாசிப்புத் திறனடைவர்.

இந்தியாவின் எந்த மாநிலமும் காணாத திட்டம். உலகில் எங்கும் அரசின் கரங்களில் பிறவா இளைஞர் திட்டம்.

வரும் நவம்பர் 14, குழந்தைகள் தினத்தன்று மாண்புமிகு தமிழக முதல்வர் திரு. ஸ்டாலின் அவர்கள் இத் திட்டத்தை அறிவிக்க வேண்டும் என்று தாழ்மையுடன் வேண்டுகிறேன்.

வாசிக்கும் தமிழகம்! விழித்தெழும் இளைஞர்! என்ற முழக்கத்துடன் இளைஞரைப் போற்றுவோம்.

7

தொப்புள் கொடி உறவு – இழக்கலாமா?

(தமிழ் இந்து ஏப்ரல் 4, 2023 அன்று 'வாழ்வு தந்த பள்ளிக்கு வளம் சேர்க்க வாருங்கள்' என்ற தலைப்பில் வெளிவந்தது.)

பிறந்து வளர்ந்த ஊர்; ஆறு வயதிலிருந்து பதினெட்டு வயது வரை படித்து முடித்த அரசுப் பள்ளி. அதுவரை அதுதான் நம் உலகமே. எப்படி அதை நாம் இழந்து விட்டோம்! நம்மை வார்த்தெடுத்து, வண்ணம் தீட்டி, மெருகூட்டி உலகிற்கு அளித்த அரசுப் பள்ளி. உறவுகள் உடைந்து விட்டன. நகர வாழ்வின் துரித கதியில் வேர்களை இழந்து விட்டோம். வெறுமை சூழ்கிறது.

என்றோ ஒரு நாள் ஊர்ப் பக்கம் போகும்போது, படித்த பள்ளியை எட்டிப் பார்த்தால்... எவ்வளவு மாறி விட்டது! போதிய வகுப்பறைகள் இல்லாமல், இலைகளற்ற மரத்தடிகளில் நடக்கும் வகுப்புகள், சுண்ணாம்பு கண்டு, பல ஆண்டுகள் ஆன சுவர்கள், கதவோ, தண்ணீரோ இன்றி, ஆயிரம் இரு பால் மாணவருக்கான கழிப்பறைகள், இடிந்து கிடக்கும் சுற்றுச் சுவர்.

புறச் சூழலின் அவல நிலைக்கு இணையாக, திசை தெரியாமல் தவிக்கும் உயர்-மேல் நிலைப் பள்ளி மாணவர். முதல் தலைமுறை கல்வி கற்கும், எளிய குடும்பத்து மாணவர், வழி காட்டும் திறனற்றப் பெற்றோர், கருணையற்ற போட்டி உலகின் கத்தி முனையில் நடக்க இயலாமால் சரிந்து விழும் இளைஞர், *roll models*, முன்னுதாரணங்களே இன்றி, சுய அழிவிலும், சமூக எதிர்ப்பிலும், வன்முறைகளிலும் தங்களை இழந்து கொண்டிருக்கும் கதியற்ற வளர் இளம் பருவத்தினர், சினிமா ஸ்டார்களின் ரசிகர் மன்றங்களுக்கு ஆள் சேர்க்கும் களங்களான பள்ளிகள்.

இழப்பு பள்ளிகளுக்கு மட்டுமல்ல. அதன் முன்னாள் மாணவர், நகர வாழ்வின் நிம்மதியற்ற சுழற்சியில் தங்களை இழந்து, எதையோ தேடிக் கொண்டிருக்கும் ஆயிரமாயிரம் பேர். தீபாவளி, பொங்கல்

என்றால், சொந்த ஊரின் பந்தங்களைத் தேடி, அன்றைக்கென்று விடப்படும் ஸ்பெஷல் பஸ்களில் ஓடும் லட்சக்கணக்கானோர். ஒரே அடுக்கு மாடிக் கட்டிடத்தில் பக்கத்து அபார்ட்மெண்ட்டில் வசிப்பவரின் பெயர் கூடத் தெரியாமல் பல்லாண்டுகள் வாழ்பவர், பால்ய கால உலகை, கட்டிப் புரண்டு விளையாடிய தெருக்களை நாடி ஓடுகின்றனர். இந்த இழப்பை நிரந்தரமாக ஈடுசெய்யும் பந்தங்கள் பிறந்தால், வாழ்விற்குப் புதிய பொருள் கிடைக்காதா?

இந்த இரு பக்க இழப்புகளை எவ்வாறு ஈடு செய்வது? ஒரு *win-win situation*, இரு பக்க வெற்றிக் கனியை எப்படிப் பறிப்பது?

இன்று தமிழகப் பள்ளிக் கல்வித் துறை, முன்னாள் மாணவரை அரசுப் பள்ளிகளுடன் இணைக்கும் ஒரு புதிய திட்டத்தைத் தொடங்கி இருக்கிறது. மாண்புமிகு பள்ளிக் கல்வி அமைச்சர் அவர்கள் முன்னாள் மாணவருக்குப் பல முறை உருக்கமாக வேண்டுகோள் விடுத்துள்ளார். தலைமைச் செயலர் திரு. இறையன்பு, இ.ஆ.ப. அவர்கள் எவ் வகைகளிலெல்லாம் முன்னாள் மாணவர் பள்ளிகள் மேம்பட உதவ முடியும் என்ற வேண்டுகோளைத் தன் கவித்துவ மொழியில் காவியமாகத் தீட்டி இருக்கிறார். நம் கனவுகளையும் அவற்றுடன் சேர்ப்போமா?

இது அங்கொன்றும், இங்கொன்றும் விதிவிலக்காக நடக்கும் தர்ம காரியமாக இல்லாமல், தமிழ் நாடு முழுதும் பரவும், தலைமுறைகள் சங்கமிக்கும் பெரும் இயக்கமாக நிகழ வேண்டும். நுகர் கலாச்சார வலையில் சிக்கித் தவிக்கும் ஒரு தலைமுறை, தன்னை மீறி எழுந்து, ஒரு லட்சிய உலகை தரிசிக்கும் இயக்கமாகவேண்டும். கல்வி கற்ற ஒவ்வொருவரும் ஏதோ ஒரு பள்ளியின் முன்னாள் மாணவர்தான். வேர்களைக் காணும் ஆன்மீகத் தேடலாக வேண்டும்.

இது ஏதோ பெரும் பணக்காரர்கள் கொடை வள்ளல்களாக அளிக்கும் தானம் மட்டுமல்ல. சிறிய அணில் புரண்டு வந்து உதிர்க்கும் மணல் துகள்களும்தான். கட்டிடங்களும், ஸ்மார்ட் வகுப்புகளும் கட்டித் தருவதும்தான்; வளர் இளம் பருவத்து மாணவருக்கு, வாழ்வில் நம்பிக்கை ஊட்டுவதும்தான். அருகில் இருந்து நீட்டும் ஆதரவுக் கரமும்தான், ஆயிரம் மைல்களுக்கு அப்பால் இருந்து பள்ளியின் வங்கிக் கணக்கில் ஏறும் டாலர்களும்தான்.

தமிழகம் தழுவிய பேரியக்கமாக ஆக வேண்டும். வீடு தோறும், வீதி தோறும் பேசு பொருளாக வேண்டும்.

மாண்புமிகு தமிழக முதலமைச்சரின் சக்தி வாய்ந்த வேண்டுகோளுடன் தொடங்க வேண்டும். ஒவ்வொரு அரசுப் பள்ளியும், அரசு உதவி பெறும் பள்ளியும், இதற்கென்று ஒரு குழு அமைக்க வேண்டும். பள்ளியின் இன்றைய மாணவர் குழுவில் முக்கிய இடம் பெற வேண்டும். அவர்களின் வேண்டுகோள், ஒவ்வொரு பள்ளி மாணவரின் தனித்துவக் குரலில், கவிதை வரிகளில், பிஞ்சு மொழியில் பதிவு செய்யப்பட்டு, பள்ளி முன்னோர்களின் மனதைத் தொட வேண்டும். இது ஓர் மாணவர் இயக்கமாக வேண்டும். தங்கள் அபிமான சினிமா நட்சத்திரங்களுக்கு பதில், பள்ளி முன்னோர்களை நெஞ்சில் சிம்மாசனமேற்றல் தொடங்க வேண்டும்.

பழம் ரிஜிஸ்டர்களை தூசு தட்டி எடுத்து, முன்னாள் மாணவர் பட்டியல் தயாரிக்க வேண்டும். ஒவ்வொருவரையும் கண்டு பிடிக்கும் தேடல் உலகளாவியதாக விரிவடைய வேண்டும். உலகம் இன்று நம் கையளவு சுருங்கி விட்டதே! WhatsApp உம், Facebook உம் எட்ட முடியாத தூரம் ஏது? முன்னாள் மாணவர் ஒருவரைக் கண்டு பிடித்து, அவர் இதயத்தைத் தொட்டு, ஆர்வத்தைத் தூண்டினால் போதும். ஓராயிரம் பேர் இணைந்த WhatsApp குழுக்கள் ஒரு வாரத்தில் பிறந்து விடும்.

இன்று கல்லூரிகள், பல்கலைக்கழகங்கள், வசதி பெற்றோர் படிக்கும் பள்ளிகள், முன்னாள் மாணவர் குழுக்கள் அமைப்பதும், ஒன்று கூடி, கொண்டாடி மகிழ்வதும், தங்கள் *alma mater* க்கு அள்ளித் தருவதும், சர்வ சாதாரணமாக நடை பெறுகின்றன. ஆனால், அடித்தட்டு மாணவர் கற்கும் அரசுப் பள்ளிகளின் கரைகளைத்தான் அந்த அலைகள் இன்னும் தொடவில்லை. அரசுப் பள்ளி முன்னாள் மாணவர் பலர், இன்று எட்டி இருக்கும் சிகரங்களிலும், அனுபவிக்கும் வாழ்க்கை வசதிகளிலும் தனியார் பள்ளி முன்னாள் மாணவருக்கு சிறிதும் குறைந்தவர்களல்லர். அவர்களது கதவுகள்தான் இன்னும் தட்டப்படவில்லை. தட்டினால் நிச்சயம் திறக்கும் கதவுகள்தாம் அவை.

இது பள்ளிகளில் இருந்து எழும் வேண்டுகோள் மட்டுமல்ல. பள்ளி இருக்கும் ஊரின் குரலும் இணைய வேண்டும். ‘நம் பள்ளி, நம் பெருமை’ என்பது முதலில் ஊர் கொண்டாடும் சொந்தம். இன்றைய முன்னாள் மாணவர் பலர் அந்த ஊரைச் சேர்ந்தவர்கள்தான். ஊரின் ஆல மரத்திலும், வேப்ப மரத்திலும் தொங்கிய தொட்டில்களில், ஆயாவின், ஆச்சியின் தாலாட்டில் உறங்கியவர்கள்தான். அவர்கள் இன்று நியூயார்க்கில் இருந்தாலும்,

லண்டனில் இருந்தாலும் ஏதோ ஒரு நாளில் அந்த நினைவுகளில் கண் பனிப்பவர்தான். முன்னாள் மாணவரை அழைக்கும் குரலில் பாட்டிமார்களின் வாஞ்சைக் குரலும் கலக்க வேண்டும். இன்று எட்டாத தூரத்தில் இருக்கும் பேரனின் குறும்புகளையும், பேத்திக்கு தலை பின்னிப் பூ தைத்ததையும், பொக்கை வாய் சிரிப்பில் பாட்டி சொல்லும் வீடியோவும் சேர்ந்து, செல்ல வேண்டும்.

முன்னாள் மாணவர் உதவிக் கரம் நீட்ட வேண்டியது முக்கியமாக பள்ளியின் வளர் இளம் பருவத்தினருக்குத்தான். இவர்கள் இன்றைய புதிய அனாதைகள். 'போக்கிரிகள்', 'உதவாக்கரைகள்' 'வன்முறையாளர்கள்' என்று கரித்துக் கொட்டப்படுபவர்கள். அன்புக்கும், புரிதலுக்கும், ஆதரவிற்கும் ஏங்குபவர்கள். வளரிளம் பருவத்தினர், adolescents குறித்த பிரச்சனைகள் இன்று விடையற்ற கேள்விகளாக நம் முன் நிற்கின்றன. இவர்களுக்கான கவுன்சலர்கள் (councilors) இல்லை. முன்னுதாரணங்கள், roll models, இல்லை. வாழ்வில் வெற்றி கண்ட பள்ளி முன்னாள் மாணவர் அந்த வெற்றிடத்தை நிரப்பும் அரிய, புதிய பணியை மேற்கொள்ள வேண்டும்.

பள்ளிகளின் வளர் இளம் பருவ மாணவர்களுக்கு, மனம் விட்டுப் பேச, அரித்தெடுக்கும் பிரச்சனைகளைக் கொட்ட, அறிவுரை கேட்க, ஆறுதல் பெற வயதில் முதிர்ந்தவர் யாரும் இல்லை. பெரும்பாலான ஆசிரியருக்கு அதற்கான நேரமோ, பரிவோ, பொறுமையோ இல்லை. இரு பிரிவினருக்கும் இடையில் பரஸ்பர நம்பிக்கை இல்லை.

முன்னாள் மாணவர் இன்றைய மாணவருடன் தொடர்புகளை ஏற்படுத்திக் கொள்ள வேண்டும். முன்வரும் முன்னாள் மாண வருக்கும், இன்றைய பள்ளி உயர்-மேல் நிலை மாணவருக்கும் இடையில் WhatsApp குழுக்கள் உருவாக்கலாம். மொபைல் நம்பர்கள் வழியே, ஒருவருடன் ஒருவர் பேசி, நம்பிக்கைக்குப் பாத்திரமாகலாம். இன்றைய மாணவர் மனம் திறக்க வாய்ப்பு அளிக்கலாம். முன்னாள் மாணவர் இன்றையோருக்குக் காத்திருக்கும் வாய்ப்புகள் பற்றி, தாங்கள் கடந்து வந்த கரடு முரடான பாதை பற்றி, வென்றெழுந்த சாதனை பற்றிப் பேசலாம். லட்சக்கணக்கான இளைஞரின் வாழ்வில் புது வெளிச்சம் பாய்ச்சலாம்.

முன்னாள் மாணவர் ஒவ்வொருவருக்கும் ஒரு அரிய வாய்ப்பு. ஆயிரம் மாணவர்களின் ஆராதனைக்கு உரிய ஹீரோ (hero) ஆகும் வாய்ப்பு. இழக்கலாமா?

8

பெண் கல்வி மையங்கள்

(கடந்த சில நாட்களாக தமிழ் இந்துவில் வாசிப்பு இயக்கம் குறித்த கட்டுரைகள் வெளிவந்து கொண்டிருக்கின்றன. அவற்றின் தொடர்ச்சியாக இதை எழுதுகிறேன்.)

இன்று தமிழ் நாட்டின் கல்வித் தளத்தில் ஒரு முக்கியப் பிரச்சனை, பேசப்படாத, ஏற்றுக் கொள்ளாத பிரச்சனை. அடிப்படை எழுத்தறிவு மட்டுமே பெற்று, அதையும் பெருமளவு மறந்து, *functional literacy* யே பெறாத ஒரு பெரும் மக்கள் திரள். கிராமப் புறங்களிலும், நகர்ப்புற உழைக்கும் மக்களிடையிலும் பெரும் எண்ணிக்கையினர் இப் பிரிவில் சேர்ந்தவர். இவர்களில் மிகப் பெரும் பகுதியினர் பெண்கள். குழந்தைப் பருவத்தில் ஓரிரண்டு வகுப்புகள் மட்டுமே பள்ளிக்குச் சென்று, பின் அவ்வப் பொழுது நடக்கும் வயது வந்தோர் கல்வித் திட்டத்தில் சிறிது பயின்றவர். இந்த லட்சக்கணக்கான பெண்கள் நம் முதல் இலக்காக வேண்டும். இவர்கள் கற்றல் திறன் மட்டுமல்ல; தங்களை அடிமைப் படுத்தும், குரலற்றவர்களாக்கும், ஆண் ஆதிக்க- சாதிய சக்திகளைக் கேள்வி கேட்கும் திறன், சிந்திக்கும் திறன், தோழ(ழி) மைகளைக் கட்டும் திறன் அனைத்தும் பெற வேண்டும். அத்தகைய கல்வி அவர்களுக்கென வடிவமைக்கப்பட வேண்டும். கல்வியின் முற்றிலும் புறக்கணிக்கப்பட்ட பரிமாணம் இது.

நாற்பது ஆண்டுகளுக்கு முன் வலிமை மிக்க மாற்றுக் கல்வி இயக்கமாக, புத்துயிரும், புது நம்பிக்கையும் அளித்த அறிவொளி இயக்கத்தின் தொடர்ச்சியாக இது வடிவெடுக்க வேண்டும். தமிழ் நாடு முழுதும் பரவ வேண்டும்.

இத்தகைய பெண்கள் இயக்கத்திற்குக் களம் காத்திருக்கிறது என்பதற்கான பல அறிகுறிகள் இன்று தென்படுகின்றன. நான் சேர்ந்திருக்கும் பள்ளிக் கல்வி பாதுகாப்பு இயக்கத்தில் அத்தகைய அனுபவங்கள் நாள் தோறும் கிடைக்கின்றன. அந்த இயக்கத்தின் ஒரு திட்டமாக 'ஊர் கூடும் மையம்' என்ற ஒரு அமைப்பை

சில பகுதிகளில் உருவாக்கி இருக்கிறோம். எங்கள் இயக்கத்தின் சில ஆசிரியர்களும், தமிழக அரசின் இல்லம் தேடிக் கல்வியின் தன்னார்வலர்களும் இணைந்து இதை நடத்துகிறார்கள். சில கிராமங்களில் வாரம் தோறும் நடக்கும் இந்தக் கூட்டங்களில் பெரும் எண்ணிக்கையில் பெண்கள் வந்து குவிகின்றனர். இளம் பெண்களில் இருந்து, வயது முதிர்ந்தவர் வரை ஆர்வத்துடன் கலந்து கொள்கின்றனர். ஆண்களைக் கூட்டங்களில் காண்பதே அரிது. கூட்டங்களில் விநியோகிக்கப்படும் சிறிய, எளிய புத்தகங்களை ஆர்வத்துடன் வாசிக்கின்றனர். வாசிக்கவே இயலாதவரும் புத்தகங்களைக் கையில் எடுத்து, புரட்டிப் பார்த்து, படங்களைப் பார்த்து மகிழ்கின்றனர். உரையாடுகின்றனர். மனமில்லாமல் வீடு திரும்புகின்றனர்.

இதே போல், வாசிப்பு இயக்கம் என்ற ஒன்று, தமிழக அரசின் திட்டமாக, பள்ளி மாணவருக்கு என்று நடக்கிறது. அதை ஒட்டி, எங்கள் இயக்கத்தில் பள்ளிக்கு வெளியிலும் நடத்த முயற்சிக்கிறோம். அங்கும் ஏராளமான பெண்கள் கலந்து கொள்கின்றனர். இவை எல்லாம் புதிய நம்பிக்கை அளிக்கின்றன. அவை அளித்த ஒளியில் இந்த கருத்துருவை வைக்கிறேன்.

திட்ட வடிவம்:

தமிழக அரசு ஒவ்வொரு கிராமக் குடி இருப்பிலும், நகர வார்டிலும் ஒரு பெண்கள் வாசிப்பு மையம் அமைக்க வேண்டும். அதை நடத்தும் பொறுப்பு உள்ளாட்சியிடம், உள்ளாட்சியின் பெண் உறுப்பினர்களிடம் கொடுக்க வேண்டும். நடத்துபவர்கள் அனைவரும் பெண்களாக இருக்க வேண்டும். இல்லம் தேடிக்கல்வித் திட்டம் இரண்டு லட்சம் பெண்களைக் கண்டுபிடித்து, ஒரு பிரம்மாண்ட சக்தியைத் தமிழகத்திற்குக் கொடையாக அளித்திருக்கிறது. இதன் சிறப்பு, அவர்கள் அனைவரும் அந்தந்த குடியிருப்புகளில் வாழ்பவர்கள். அரசுப் பள்ளி ஆசிரியர்கள் போல் எங்கிருந்தோ வந்து விட்டு ஓடுபவர்கள் அல்ல. இந்தத் தன்னார்வலர்களே இம் மையங்களை நடத்துவர். இவர்களுடன், உள்ளூர் பெண்கள், ஓரளவேணும் கல்வி கற்றவர்கள், பொறுப்புகளைப் பகிர்ந்து கொள்வர். முக்கியப் பொறுப்பை ஏற்கும் இல்லம் தேடிக் கல்வி தன்னார்வலருக்கு ஒரு சிறு தொகை மதிப்பூதியமாகத் தர வேண்டும். இது உள்ளாட்சியின் *budget* இல் சேர்க்கப்பட வேண்டும்.

மையம் நடப்பதற்கு ஒரு சிறு இடம் ஒதுக்க வேண்டும். அது நகர்ப்புறங்களில் சமுதாயக் கூடங்களின் ஒரு பகுதியாக இருக்கலாம். கிராமப் புறங்களில் உள்ளாட்சிகள் ஓரிடத்தை ஒதுக்க வேண்டும். நூலகங்கள் கிராமங்களில் இருந்தால், அவற்றையே மையங்களாக மாற்றலாம். அநேகமாக நூலகங்கள் பூட்டித்தான் கிடக்கின்றன; நூலகர் இல்லை. *E- Seva* மையம் அனைத்து கிராம, நகரப் புறங்களிலும் இருக்கின்றன. அவற்றைப் பயன் படுத்தலாம். அல்லது உள்ளூராட்சிகள் ஒரு சிறு கட்டிடம் கட்டிக் கொள்ளலாம்.

மையங்களில் ஓரிரண்டு அல்மைராக்கள் புத்தங்களுக்காக வைக்கப்பட வேண்டும். எளிய புத்தகங்கள், *neo-literates* எளிதில் வாசிக்கக் கூடியவை அவற்றில் வைக்கப்பட வேண்டும். உள்ளூர் நூலகங்களில் தூங்கிக் கொண்டிருக்கும் தகுந்த புத்தகங்கள் மையத்திற்கு மாற்றப்பட வேண்டும். அதே போல், அருகில் இருக்கும் பள்ளி நூலங்களில், தொடுவாரற்று, தூசு படிந்து கிடக்கும் புத்தகங்களும் புது மனை புக வேண்டும். ஓரிரண்டு நாளிதழ்கள் வாங்கப்பட வேண்டும்

அத்துடன், இன்று தமிழக அரசின் வாசிப்பு இயக்கத்தில் 1-12 வகுப்பிற்கான 53 அருமையான புத்தகங்கள் எழுதப்பட்டு தமிழ் நாட்டின் அனைத்துப் பள்ளிகளுக்கும் அனுப்பப்பட்டுள்ளன. அதே போன்று அனைத்து கிராம / நகர மையங்களுக்கும் அப் புத்தகங்களை அரசு விநியோகிக்கலாம். அது அற்புதமான விளைவுகள் ஏற்படுத்தும்.

ஆனால், இவை எல்லாம் போதாது. தொடக்கத்திற்கு மட்டுமே இவற்றைப் பயன்படுத்தலாம். *Neo-literate* பெண்களுக்காகப் புதிய புத்தகங்கள் ஏராளமாக எழுதப்பட வேண்டும். வாசிப்புப் புரட்சி போல, படைப்புப் புரட்சியும் எழ வேண்டும். வாசிக்கத் தொடங்கும் பெண்களிலிருந்தே படைப்பாளிகள் தோன்றலாம். அவர்களால் எழுத இயலாமல் இருக்கலாம். ஆனால் கதை சொல்லும் திறமையும், ஆர்வமும் இருக்கும். இதுவும் அறிவொளி இயக்கம் கண்ட அனுபவம். மையங்களில் வாசிக்கக் கூடுகின்ற பெண்கள் சொல்லும் கதைகளை எழுதும் பணியை, ஊரின் கல்வி கற்ற பெண்கள் ஏற்கலாம். பாட்டிகள் கதை சொல்ல, பேத்திகள் எழுத, தலைமுறை இடைவெளிகளைத் தகர்த்த புதிய உலகம் பிறக்கலாம்.

மையம் வாசிப்பிற்காக மட்டுமல்ல. ஊர்ப் பெண்களுக்குக் கூடுவதற்கான ஒரு பொது இடம் இது ஒன்றுதான். டீக் கடையில்

கூடி அரட்டை அடிக்கும் சுகம் நம் பெண்களுக்கு ஏது? அது ஆண்களுக்கே உரிய இடம். சாமானியப் பெண்களுக்கு அந்த சுதந்திரம் கிடைக்க வேண்டும் என்றால், இது போன்ற ஒரு பொது இடம் தேவை.

ஆண்களுக்கும் ஒரு இடம்:

இது ஏதோ ஆண் வாடை படக்கூடாத அல்லி ராஜ்யம் அல்ல. ஆதிக்க மனோபாவத்தைத் துறந்து விட்டு ஆண்களும் வரலாம். மையத்தில் சிறந்த பணி செய்யலாம். குறிப்பாக, பணி நிறைவு பெற்ற பலர் ஊரில் சோம்பிக் கிடக்கின்றனர். அறுபது வயதில் பணி நிறைவு பெற்று அடுத்த இருபது ஆண்டுகளேனும் வாழும் வாய்ப்பு இவர்களுக்கு உண்டு. பணி ஓய்வு பெற்ற பெண்களாவது பேரக் குழந்தைகளின் பொறுப்பு, வீட்டு வேலைகளில் ஈடுபடலாம். வீட்டு வேலைகளை செய்வது ஆண்மைக்கு அழகாகுமா? சோம்பித் திரிவதே சுகம்! விதி விலக்காக விரும்பும் ஆண்கள் மையங்களில் பெண்களுக்கு வாசிக்கக் கற்றுத் தரலாம். அடுத்த இருபது ஆண்டுகள் அர்த்தமுள்ளவையாகும். ஓய்வு பெற்றோருக்குப் புது வாழ்வு கிட்டும்.

இன்று தமிழக அரசு பெண்கள் உரிமையும், திறமையும் பெறும் திட்டங்களை நிறைவேற்றி வருகிறது. பெண்கள் உரிமைத் தொகை பெறும் திட்டத்தின் தொடர்ச்சியாக, பெண் கல்வி மையத்தைத் தொடங்க வேண்டும். பெண்கள் உரிமைத் தொகை தொடங்கும் அதே நாளில் சில இடங்களில் பெண் கல்வி மையம் தொடங்கப்படும் என்ற அறிவிப்பை மாண்பு மிகு தமிழக முதல்வர் அவர்கள் செய்ய வேண்டும்.

9
கனவு ஆசிரியர்

"தேசத்தின் தலை விதி அதன் வகுப்பறையில் நிர்ணயிக்கப் படுகிறது." கோத்தாரிக் கமிஷனின் புகழ் பெற்ற வார்த்தைகள். சரி. வகுப்பறையின் தலை விதி எங்கு, யாரால் நிர்ணயிக்கப் படுகிறது? ஆசிரியரால் நிர்ணயிக்கப்படுகிறது.

ஆசிரியரின் தாக்கம் தலைமுறைகள் தொடர்வது. "A teacher affects eternity. No one can say where his influence stops." ஆசிரிய தர்மம் இந்தப் பொறுப்புணர்வில் உருவாக வேண்டும்.

நம் சமுதாயத்தில் ஆசிரியர் பொறுப்பு மகத்தானது. பெரும்பான்மையான குழந்தைகள், அரசு பள்ளிக் குழந்தைகள் அனைவரும் கடைக் கோடி சமுதாயத்தைச் சேர்ந்தவர். அந்தக் குழந்தைகளும், இளைஞர்களும் கொடிய ஏழ்மை, ஆயிரங்காலத்து சாதிய அடிமை, இன்றைய வக்கரித்தப் பொருளாதாரப் பாதை உருவாக்கி இருக்கும் புதிய இழப்புகள் ஆகியவற்றில் கட்டுண்டு தவிப்பவர்கள். கனவு ஆசிரியர் அளிக்கும் கல்வி இந்த விலங்குகளை உடைத்து, விடுதலை அளிக்கும் கல்வியாக இருக்க வேண்டும்.

மாணவர் ஆனந்தமாகக் கற்கும், ஆற்றல் பெரும் வகுப்பறைகளைக் கனவு ஆசிரியர் உருவாக்க வேண்டும். இன்றைய வகுப்பறைகள் அச்சத்திலும், புரியாமை இருளிலும் மூழ்கிக் கிடக்கின்றன. இந்த சாபக் கேட்டிலிருந்து மாணவரை மீட்கும் பணியினை நம் ஆசிரியர் ஏற்க வேண்டும்.

மனிதனை மனிதன் விழுங்கும் போட்டி உலகில் மாணவர் பலிகடாக்களாக்கப் பட்டிருக்கின்றனர். கல்வி இன்று, கடைச் சரக்காகி இருக்கிறது. மார்க்கெட்டில் கூவி விற்கப்படுகிறது. ஒவ்வொரு பொருளாதார மட்டத்திற்கும் ஒரு வகைப் பள்ளி. எவ்வளவு அதிகக் கட்டணமோ அந்த அளவிற்கு அது உயர்ந்த தரமுடைய கல்வி என்ற ஒற்றை மதிப்பீடு. இந்த இழிவில் இலவசமாகக் கல்வி அளிக்கும் அரசுப் பள்ளிகள், ஏழைக்கும் ஏழைகளுக்கு மட்டுமே. ஏழைகளுக்கு உரிய அனைத்தும்

தரமற்றவை என்ற அவல நிலையை உடைத்து, உயர்ந்த தரமுடையவை என்பதை நிலை நிறுத்தும் பெரும் சமூகப் பொறுப்பு நம் கனவு ஆசிரியரின் கையில் இருக்கும் தார்மீகப் பொறுப்பு.

தேசம் காக்கும், மானுடம் காக்கும் கடமை ஏற்கும் ஆசிரியர் முதலில் தன்னை அதற்குத் தயார்படுத்திக் கொள்ள வேண்டும். மாபெரும் இப் பொறுப்பிற்கு உரிய பக்குவமடைய வேண்டும். அறிவும், தொடர்ந்த அறிவுத் தேடலும், ஆழ்ந்த சமூக ஈடுபாடும், மானுட நேயமும் கொண்டவர்களாக இருப்பவர்தான் கனவு ஆசிரியராக முடியும்.. *"To think globally and act locally"*, உலகளாவிய அறிவுச் செல்வங்களை அள்ளி வந்து, நம் மண்ணை, நம் மக்களை, நம் மாணவரை செழுமைப் படுத்தும் பணியை ஏற்க வேண்டும்.

முதலில் குழந்தைகள் குறித்த புரிதலும், அவர்களிடம் அன்பும், கனிவும் கொண்டவர்களாக இருக்க வேண்டும். அனைத்துக் குழந்தைகளையும், தலையில் தட்டி ஒரே மட்டத்திற்குக் கொண்டு வருவதல்ல கல்வி. குழந்தைகள் ஒவ்வொருவரும் தனித் தன்மை கொண்டவராக வளரத் தேவையான சுதந்திரம், கேள்வி கேட்கும் உரிமையும், விவாதிக்கும் உரிமையும் அவர்களின் மறுக்க முடியாத பிறப்புரிமை என்பதை ஏற்பது . அத்தகைய சுதந்திரக் காற்று வீசும் வகுப்பறையை உறுதி செய்தல் கனவு ஆசிரியரின் பொறுப்பு.

இவற்றிற்கெல்லாம் முற்றிலும் மாறுபட்டவையே இன்றைய தமிழ் நாட்டுப் பள்ளிகள். ஒவ்வொரு குழந்தையும் ஆயிரம் கேள்விகளுடன்தான் தன்னைச் சுற்றியுள்ள உலகை உணரத் தொடங்குகிறது. ஆனால், பள்ளியில் காலடி எடுத்து வைத்தவுடன், பறக்கப் பிறந்த குழந்தையின் சின்னஞ்சிறு சிறகுகள் பிய்த்து எறியப்படுகின்றன. சப்தமற்ற, சலனமற்ற வகுப்பறைகள். அவை வகுப்பறைகள் அல்ல; கல்லறைகள். கனவு ஆசிரியரின் முதல் பணி சுதந்திரக் காற்று வீசும் வகுப்பறைகளை உருவாக்குதல்.

ஒவ்வொரு மாணவரையும் ஆற்றல் மிக்கவராக, வகுப்பிற்கு உரிய ஆற்றல் நிலைகளையாவது பெறச் செய்வது கனவு ஆசிரியருக்கு மட்டுமல்ல அனைத்து ஆசிரியரின் முதல் கடமை. ஆனால், தமிழ் நாட்டுப் பள்ளிகள் அடிப்படைத் திறன்களை அளிப்பதில் மிகவும் பின் தங்கி இருக்கின்றன. இது மன்னிக்கவியலா குற்றம். ஒவ்வொரு மாணவரையும், தனித் தனியே, குழந்தைக்குக் கையைப் பிடித்து நடை பழக்குவது போல, ஆற்றல் ஊட்ட வேண்டும்.

நம் கல்வி அமைப்பே சமுதாயத்தின் கொடிய ஏற்றத் தாழ்வுகளை நிலை நிறுத்துகின்ற, இன்னும் ஆழப்படுத்துகின்ற அமைப்பு. நான் இதற்குக் கொடுக்கும் பெயர் *Architecture of Exclusion*. பெரும்பாலான மாணவரைத் தகுதியற்றவர் என்று முத்திரைக் குத்தி, கல்வியிலிருந்து வெளியே தள்ளும் ஈவிரக்கமற்ற கல்வி அமைப்பு. கல்வியின் அனைத்து அம்சங்களும், *curriculum*, பாடத் திட்டம், *pedagogy*, கற்பிக்கும் முறைகள், கல்வி மொழி, தேர்வு முறைகள், அனைத்தும் பெரும்பாலான குழந்தைகளுக்கு எதிரானவை. இத்தகைய கல்வி அமைப்பை எதிர்த்து குரல் கொடுப்பது, அநீதிகள் குறித்த விழிப்புணர்வை உண்டாக்குவது ஆகியனவும் ஆசிரியரின் கடமையே. அநீதிகளுக்கு எதிராக அறச் சீற்றம் கொள்வது கனவு ஆசிரியரின் கடமை. அனைத்தையும் மௌனமாக ஏற்றுக் கொண்டு, அச்சத்தில் உறைந்து, அடி பணிந்த அடிமை வாழ்வல்ல கனவு ஆசிரியருடையது.

அதற்கு மேல், வகுப்பறையைத் தாண்டி, பள்ளியில் கற்கும் பெரும்பான்மைக் குழந்தைகளின் சமூகம், கடைக் கோடிக் குழந்தைகளின் கடைக் கோடி சமூகம் மேன்மையுறுவதும் ஆசிரியரின் பொறுப்பு. இன்று பள்ளிகளும் சுற்றிலுமிருக்கும் சமூகமும் முற்றிலும் அந்நியப்பட்டுக் கிடக்கின்றன. அவற்றிடையே எந்த உறவும் இல்லை; உரையாடலும் இல்லை. இந்த சாபக் கேட்டினை முறியடித்து, பள்ளிக்கும், சமுதாயத்திற்கும் இடையே பாலங்கள் கட்ட வேண்டும். உயிர் பந்தங்கள் உருவாக்க வேண்டும். மாணவர் தங்கள் சமுதாயத்தின் வரலாறு, பண்பாடு, பொருளாதாரம், அது மூழ்கிக் கிடக்கும் சாதியம், பெண்ணடிமை அனைத்தையும் அறிந்த கொள்ளும், அவற்றிற்குத் தீர்வு தேடும் உண்மைக் கல்வி எது என்பதைக் கனவு ஆசிரியர், தான் முதலில் புரிந்து கொண்டு மாணாவருக்குக் கற்பிக்க வேண்டும்.

சமூக விடுதலைக்காக சிந்திக்கும் திறமை கொண்ட, சிந்திக்கும் தெளிவு கொண்ட, சிந்தனை வழி வாழக் கூடிய ஆசிரியர்தான் கனவு ஆசிரியர். உங்கள் கண்களின் கனவுகளை மாணவர் கண்களில் ஏற்றுங்கள். ஒளிபடைத்த தமிழகம் பிறக்கும்.

(தமிழக அரசின் பள்ளிக் கல்வித் துறை ஆசிரியருக்கான மாத இதழ், 'கனவு ஆசிரியர்' என்பதை அக்டோபர் 2022இல் தொடங்கிற்று. அந்தத் தருணத்திற்காக எழுதப்பட்டது.)

10
கள்ளக்குறிச்சி : கல்வி மார்க்கெட்டில் குழந்தைகளின் அபயக் குரல்

கள்ளக்குறிச்சி கனியாமூர் சக்தி மெட்ரிக் பள்ளியில் ஸ்ரீமதியின் மர்ம மரணம் விதி விலக்காக நடந்த விபரீதம் அல்ல. இன்றைய கல்வி அமைப்பின் விகாரங்களின் வெளிப்பாடு. மனிதனை மனிதன் விழுங்கும் போட்டி உலகத்திற்குக் குழந்தைகள் பலியிடப்படும் கல்வி அமைப்பில், நடக்கக் காத்திருந்த துயரம். இந்தக் கொடிய நிகழ்வு கள்ளக்குறிச்சியில் இல்லாவிட்டால், இதை ஒத்து, வேறு எங்கோ நடந்திருக்கும். மார்க்கும் (mark) மார்கெட்டுமே கல்வி என்று சீரழிந்துவிட்ட ஒரு சமுதாயம் கொடுக்க வேண்டிய விலை இது.

ஸ்ரீமதி என்ற ஒரு குழந்தையின் பரிதாபாகர - மரணம், அதில் முதல் குற்றவாளிகளான பள்ளி நிர்வாகம், பொறுப்புகளை நிறைவேற்றத் தவறி நிற்கும் காவல் துறை, கல்வித் துறை, சமூக நலத் துறை, குழந்தைகள் பாதுகாப்பு போன்ற ஆணையங்கள் ஆகியவற்றின் sins of omission and commission, செய்தவை, செய்யத்தவறியவை ஆகியவற்றை அலசுவதும், இனி வருங்காலங்களில் இத்தகையக் கொடுமைகளைத் தவிர்ப்பதும் உடனடிப் பணிகள். ஆனால், அவற்றையும் தாண்டி, அடித்தளமான அமைப்பின் வக்கிரத்தையும் புரிந்து, தெளிந்து, மாற்றுப் பாதையை நோக்கி, இந்த சமுதாயத்தின் கவலைகளைத் திருப்ப வேண்டும்.

களத்தில் முன் நிற்கும் உடனடிப் பிரச்சனைகள்:

இது கொலையா, தற்கொலையா?

ஸ்ரீமதியின் மரணத்தை, மர்ம மரணமென்கின்றனர். அதில் என்னென்ன மர்மங்கள் இருக்கின்றன? இன்னும் தெளிவடையாத சூழலே நிலவுகிறது.

நிர்வாகத்தின் பக்கத்தைக் காவல் துறை அப்படியே நம்பி, தற்கொலை என்று பதிவு செய்திருப்பதாகக் குற்றச்சாட்டுகள் எழுந்துள்ளன. ஸ்ரீமதியின் தாய் முதலிலிருந்தே அவள் பாலியல் வன்முறைக்கு உட்படுத்தப்பட்டு, கொலை செய்யப்பட்டிருக்கலாம் என்ற சந்தேகத்தை எழுப்பி இருக்கிறார். இரண்டு உடற்கூறு ஆய்வுகள் *(post-mortem)* நடந்திருக்கின்றன. இரண்டாவது உடற்கூறு ஆய்வு இன்றுதான் (ஆகஸ்ட் 22) சமர்பிக்கப்பட்டிருக்கிறது.

அந்தக் குழந்தை விழுந்துதான் இறந்தாளா? இரத்தக்கறைகள் எங்கே? இறந்து இரண்டு நாட்களுக்குப் பின் திடீரென கிடைத்த தற்கொலைக் கடிதம் என பல சிக்கலான விசயங்கள், இந்த இறப்பையும், அதன் காரணத்தையும், காரணமானவர்களையும் மூடி மறைத்துவிடுவார்களோ என அச்சத்தை ஏற்படுத்துகின்றன.

தற்கொலைக்கான கூறப்படும் காரணமும் பிரச்சனையாக இருக்கிறது. ஸ்ரீமதியின் கடிதம், இரு ஆசிரியர் "படி படின்னு சொல்லி, என்னை டார்ச்சர் பண்றாங்க. என்னை மட்டுமல்ல; இருக்கிற எல்லா ஸ்டூடன்டையும் டார்ச்சர் பண்றாங்க" இதுதான் உண்மையான காரணமா? காவல்துறை ஒரு பக்கம் விசாரிக்கிறது, ஊடகங்கள் தங்கள் பாணியிலான உணர்ச்சி விசாரணைகளை ஒரு பக்கம் நடத்துகின்றன. இது தவிர பள்ளிக் கல்வித்துறை, மத்திய, மாநில குழந்தைகள் நல ஆணையம், சமூக நல ஆணையம் என அரசு குழுக்களின் விசாரணைகள் நடந்து கொண்டிருக்கின்றன. ஆனால் அந்த குழந்தையின் மரணத்திற்கான அழுத்தத்தையும், அதற்குப் பின்னால் பேசப்பட வேண்டிய முக்கியமான காரணிகளையும் மடைமாற்றிவிட்டது ஜூலை 17 ம் தேதி அந்த பள்ளியின் மீது நடத்தப்பட்ட தாக்குதல். பள்ளி இனி முழுமையாக செயல்படவே நாளாகுமென்கிற சூழல் உருவாக்கப்பட்டு, அங்கு படித்த மற்ற குழந்தைகளின் கல்வியும் கேள்விக்குள்ளாக்கப்பட்டு இறந்த மாணவிக்கான நீதி தாமதமாக இந்த வன்முறை ஒரு கருவியாகிவிட்டதோ என்று கூடத் தோன்றுகிறது. காவல் துறையின் முழு கவனமும் கலவரத்தில் ஈடுபட்டோரைத் துரத்திப் பிடிப்பதில் இருக்கிறதே தவிர, மாணவி மரணம் தொடர்பான விசாரணையில் இருப்பதாகத் தெரியவில்லை.

களத்தில் சில போக்குகள் பெரும் அதிர்ச்சியையும், அருவருப்பையும் உண்டாக்குகின்றன. மனம் பதைக்கும் இந் நிகழ்ச்சிக்குப் பின், பள்ளிப் பெற்றோர்கள் அனைவரும் பதறியடித்துத், தங்கள் குழந்தைகளை வேறு பள்ளிக்கு மாற்றி

விடுவர் என்ற எதிர்பார்ப்பிற்கு மாறாக, தங்கள் குழந்தைகள் அந்தப் பள்ளியிலேயே தொடர வேண்டுமென்று பெற்றோர்கள் விரும்புகின்றனர். அந்தப் பள்ளியில் படித்த குழந்தைகளுக்கு அவர்கள் விரும்பும் வேறு பள்ளியில் படிக்க வாய்ப்பு ஏற்படுத்தித் தருகிறோமென்று அரசு அறிவித்திருக்கிறது. அதற்குப் பின்னும், பெரும்பாலான பெற்றோர்கள் அதை நிராகரித்து, இந்தப் பள்ளியிலேயே தங்கள் பிள்ளைகள் படிப்பைத் தொடர விரும்புகின்றனர். இந்த மரணத்திற்கு முன்னும் அந்தப் பள்ளியில் ஓரிரு மாணவர் சந்தேகத்திற்கு உரிய வழியில் அகால மரணமடைந்திருக்கின்றனர் என்று சொல்லப்படுகிறது. ஆயினும் பெற்றோர் இந்தப் பள்ளியில் ஏன் தங்கள் குழந்தைகளைச் சேர்க்கின்றனர்? குழந்தைகளின் உயிரையும், பாதுகாப்பையும் விட, எது இவர்களுக்கு முக்கியம்? இந்தப் பள்ளியில் படித்து முடித்து விட்டால், தங்கள் குழந்தைகளின் மடியில் வந்து விழும் என்று நம்ப வைக்கும் வெற்றிப் பொற் காலமா? அதனால், தாங்கள் பெறப் போகும் ஜென்ம சாபல்யமா? சுற்றம், சூழல் மத்தியில் நிறைய கட்டணம் வசூலிக்கும் பள்ளியில் தங்கள் குழந்தைகள் படிக்கிறார்கள் என்ற வரட்டு கௌரவமா? இத்தகைய பெற்றோர்தானே, இந்தப் பள்ளியின், இதைப் போன்ற பள்ளிகளின் அசுர வளர்ச்சிக்கும், அவை ஈட்டும் கொள்ளை லாபத்திற்கும் காரணம்?

இந்தப் பள்ளி 1997 இல் ஒரு ஓட்டுக் கட்டிடத்தில் தொடங்கியது. இன்று பல கோடி சொத்துக் குவித்து, பிரம்மாண்ட வளாகம், ஒரு மெட்ரிக்குலேஷன் பள்ளி, ஒரு சி.பி.எஸ்.இ. பள்ளி, 3000 மாணவர், ஏராளமான கட்டணம், பல கோடி சொத்து. கொள்ளை லாபம். யாரிடமும் அனுமதி பெறாமல், தொடங்கி நடத்தப்படும் விடுதி என்று வானுயர வளர்ந்து நிற்கிறது. அந்த அனுமதியற்ற விடுதியில்தான் ஸ்ரீமதி தங்கிப் படித்தாள்.

அமைப்பின் அவலங்கள்

உலகில் வேறு எங்கும் இல்லாத கொடிய, கேவலமான ஏற்றத் தாழ்வுகள் கொண்ட, தனியார்மயமான, வணிகமயமான கல்வி அமைப்பு தமிழ் நாட்டில், இந்தியாவில் கட்டமைக்கப்பட்டு, கொழுத்து வருகிறது.

உச்சி குறுகி, அடி பரந்த இந்தக் கல்வி பிரமிடில், ஆயிரம் சாதிகள் உண்டிங்கு என்பது போல், ஆயிரம் மட்டத்துப் பள்ளிகள். சாதி

அமைப்பில் சமஸ்கிருதமயமாதல் போல், ஒவ்வொரு பொருளாதார மட்டத்தினரின் ஆன்மத் தவிப்பும், தனக்கு மேல் மட்டத்தினரின் பள்ளியில் குழந்தைகளை சேர்த்துவிட வேண்டுமென்பதுதான். எவ்வளவு அதிகம் பாடத்திட்ட சுமை ஏறுகிறதோ, எவ்வளவு அதிக நேரம் குழந்தைகள் படிக்க வைக்கப்படுகின்றார்களோ, அவ்வளவு அதிகம் அந்தப் பள்ளி அதிகக் கட்டணம் வசூலிக்கும், அதுவே உயர்ந்த பள்ளி என்று ஏற்றுக் கொள்ளப்படும்.

அத்தகைய கொள்ளைக்கு ஏற்ற வண்ணம் கல்வித் திட்டம் *(Curriculum)* பெரும் சுமையானதாக உருவாக்கப்பட்டிருக்கிறது. ஸ்ரீமதியின் கடிதத்தில் “படி படின்னு டார்ச்சர் செய்கிறார்கள்” என்பதுதான் குற்றச்சாட்டு. கல்வித் திட்டம் முழுவதும் மேல் வர்க்கக் குழந்தைகளின் தேவைக்காக, அவர்கள் உலகளாவிய போட்டியில் வெல்வதற்காக உருவாக்கப்பட்டிருக்கிறது. தமிழ் நாட்டின் சராசரி மாணவர் எம்பி எம்பிக் குதித்தாலும் எட்ட முடியாத உயரத்தில் தொங்கிக் கொண்டிருக்கிறது. அதைக் கற்றுத் தேர்வதற்குக் குழந்தைகளை எவ்வளவு வேண்டுமானாலும் ‘டார்ச்சர்’ செய்யலாம். பெற்றோர்களின் உந்துதலுடனேயே செய்யலாம். “அந்த ஸ்கூல்ல ராத்திரி 9 மணி வரை படிக்க வைக்கிறார்கள். நீங்க 8 மணி வரைதான் ஹோம் வொர்க் கொடுக்கறீங்க”, பெற்றோரின் அங்கலாய்ப்பு.

இத்தகைய கல்வி நிறுவனங்களை அரசு கண்காணிக்கும் *Regulatory System* எதுவும் இயங்குவதில்லை. தனியார் பள்ளிகள் பலவற்றில் சட்டம் வலியுறுத்தும் தரவரைவுகள் காற்றில் பறக்கவிடப்பட்டுள்ளன. அங்கீகாரமே அற்ற நூற்றுக்கணக்கான தனியார் பள்ளிகள் பல்லாண்டுகளாக இயங்கி வருகின்றன.

வலிமையான சட்டங்களோ, அரசாணைகளோ, விதி முறைகளோ எவையும் இல்லை; இருப்பவையும் நடைமுறைப் படுத்துவதில்லை. இன்று யார் வேண்டுமானலும் கல்வி நிறுவனங்களைத் தொடங்கலாம், எவ்வளவு கட்டணம் வேண்டுமானலும் நிர்ணயித்துக் கொள்ளலாம், குழந்தைகளை எப்படி வேண்டுமானாலும் வதைக்கலாம் என்னும் நிலை ஏற்பட்டிருக்கிறது. எதைப் பற்றியும் கேள்வியே கிடையாது. சின்னஞ் சிறிய நர்சரி பள்ளிகளிலிருந்து, பெரிய தனியார் கல்வி நிறுவனங்கள் வரை இதே போக்கே நிலவுகிறது. அரசும் இத்தகைய பலிபீடங்கள் செழித்து வளரக் காரணமென்பது கசப்பான உண்மை. இன்று கோலோச்சும் அரசியல், பொருளாதார சித்தாந்தம், புதிய

தாராளமாயம் (*neo-liberalism*) இத்தகைய கேவலங்களை ஊட்டி வளர்க்கும் நிலைக்களன்.

இந்தத் தனியார் கல்வி நிறுவனங்கள் தங்களுக்குள் ஒரு கூட்டமைப்பை ஏற்படுத்திக் கொண்டு அரசுக்கே சவால்விடும் வகையில் செயலாற்றிக் கொண்டிருக்கின்றன. மேலும் கல்வி நிறுவன முதலாளிகள் அரசியல் கட்சியைச் சார்ந்தோரையும் தங்கள் வசமாக்கி அரசு இயந்திரத்தின் சார்பற்ற தன்மையையும் கேலிக்குள்ளாக்குகின்றனர்.

இந்தியாவில் கல்வி என்பது இன்று மிகப்பெரிய வணிகம். ரியல் எஸ்டேட் தொழிலுக்கு அடுத்தபடியாகக் கருப்புப் பணம் அதிகம் புழங்கும் துறை கல்விதான். சுயநிதிக் கல்வி நிறுவனங்கள் வழியாக கணக்கில் வராத ஏகப்பட்ட பணம் இன்று சமூகத்துக்குள் புழங்கி சுழல்கிறது.

நானும் இன்னும் சில கல்வியாளர்களும் பள்ளிக் கல்வித்துறை அமைச்சரை சில நாட்களுக்கு முன் சந்தித்து இந்தப் பிரச்சனை தொடர்பாக அறிக்கையொன்றை அளித்து வந்திருக்கிறோம். அதில் முக்கியமானவை இரண்டு:

1) இந்தப் பள்ளி நிர்வாகத்தை அரசே உடனே ஏற்று நடத்த வேண்டும். நிர்வாகம் இன்னும் அவர்கள் கையிலிருந்தால் மாணவியின் மரணம் தொடர்பான தடயங்களை, சாட்சியங்களை அழிக்க முற்படலாம் என்ற அச்சம் தவிர்க்கப்பட வேண்டும். எனவே சிறப்பு அதிகாரி ஒருவரை நியமித்து அவர் மூலமாகப் பள்ளி நிர்வாகம் நடைபெற வேண்டும்.

2) குற்றத்தில் சம்மந்தப்பட்டவர்களுக்குக் கடுமையான தண்டனையைப் பெற்றுத்தர வேண்டும். இவை போன்று, முறையான அனுமதியும், சரியான கற்றல் வழிமுறைகளைப் பின்பற்றாத பள்ளிகளின் மீதும் கடும் நடவடிக்கையை அரசு தயங்காமல் எடுக்க வேண்டும். அந்த பள்ளிகளின் உரிமத்தை இரத்து செய்ய வேண்டும். அரசு எடுக்கும் நடவடிக்கைகள் இது போன்ற தவறிழைக்கும் பள்ளிகளுக்குக், கடும் எச்சரிக்கையாக இருக்க வேண்டும்.

அத்துடன், நடந்த குற்றத்தின் முழுப் பின்னணியும் வெளிக் கொணர்வதற்கு ஓய்வு பெற்ற நீதிபதியை நியமிக்க வேண்டும்.

இந்தப் பள்ளியின் மேல் எத்தகைய கண்காணிப்பும் இன்றி தன்னிச்சையாக இயங்கவிட்ட அரசு துறை அதிகாரிகள் மேல் கடுமையான ஒழுங்கு நடவடிக்கை எடுக்க வேண்டும். தமிழக அரசின் regulatory system வலிமையாக்கப்பட்டு, accountability நிலைநிறுத்தப்பட வேண்டும்.

பெருமளவு அரசே கல்வியை ஏற்று நடத்த வேண்டும். லாபநோக்கமற்று செயல்படும் தனியார் கல்வி நிறுவனங்கள் மட்டும் அரசின் கீழ் இயங்க அனுமதிக்கலாம். இவற்றைத் தாண்டி மதிப்பீடுகள் ஏதுமற்ற, கல்வியை வெறும் வணிகமாகக் கருதும் யாரும் அது சார்ந்த நிறுவனங்கள் நடத்த அரசு தடை விதிக்க வேண்டும். இப்போது அப்படி இயங்கும் பள்ளிகளையும் அரசு மூட முயற்சிக்க வேண்டும். இப் பள்ளியின் மேல் எடுக்கப்படும் நடவடிக்கை அனைத்துப் பள்ளிகளுக்கும் சரியான பாடமாக, எச்சரிக்கையாக இருக்க வேண்டும்.

இறுதியாக, உலகத் தரம் வாய்ந்த கல்வி உருவாக்குகிறோம் என்று ஓயாமல் மார் தட்டிக் கொள்ளும் நடுவண் அரசும், அதன் தேசிய கல்விக் கொள்கையும், உலகின் கல்வியில் முன்னணி நாடுகளில் நிலை பெற்றிருக்கும் கல்வி அமைப்பை ஒத்து, அனைத்துக் குழந்தைகளுக்கும் சமமான, இலவசமான, அரசின் நிதிப் பொறுப்பில் மட்டுமே நடக்கும் பொதுப் பள்ளிக் கல்வியை நாடு முழுதும் தன் ஆதாரக் கடமையாக நிறுவ வேண்டும்.

(மாணவி மரணத்திற்குப் பின் ஜூலை 17 தொடங்கி நடைபெற்றக் கலவரங்கள் இக் கட்டுரையில் இடம் பெறவில்லை.)

11

பல வகைப்பட்டப் பள்ளிகள் கல்வித் துறையின் நிர்வாகப் பொறுப்பிற்கு மாற்றுதல்

தமிழ் நாட்டில் இயங்கும் பல வகைப்பட்டப் பள்ளிகள் கல்வித் துறையின் நிர்வாகப் பொறுப்பின் கீழ் கொண்டு வரப்படும் என்ற பட்ஜெட் அறிவிப்பு ஆதரவும், எதிர்ப்பும் பெற்று வருகிறது.

நம் சமுதாயத்தில் ஆயிரம் ஆண்டுகளாகக் கொடுமையாக வஞ்சிக்கப்பட்டு, சொல்லணா அடக்கு முறைகளுக்கும், உழைப்புச் சுரண்டலுக்கும் உள்ளாக்கப்பட்ட சமுதாயத்தின் ஆதாரத் தேவையான கல்வி குறித்து இங்கு பேசுகிறோம்.

இதில் நான் சிலவற்றை முதலில் வலியுறுத்த விரும்புகிறேன்.

ஒன்று - இப் பள்ளிகளை நரகத்திலிருந்து மீட்டு, சொர்க்கத்திற்குக் கொண்டு செல்லும் முயற்சி அல்ல இது. அவைகள் இன்று நரகத்தில் அல்லலுறுவது உண்மை. ஆனால், கல்வித் துறையின் கீழ் கொண்டு வருவது சொர்க்க வாசல் திறப்பது அல்ல. கல்வித் துறையின் கீழ் இயங்கும் பள்ளிகளிலும் ஏராளமான அவலங்கள். அரசுப் பள்ளிகளை உயர்த்துவதற்கு, மாணவர்கள் தரமான கல்வி பெறுவதற்கு ஏராளமான மக்கள் இயக்கங்கள், கல்வியாளர்கள் பெரும் பாடுபட்டுக் கொண்டிருக்கிறனர். அவற்றில் மாணவர்களின் நிலை இன்று புதிதாக இணைக்கப்படப் போகும் பள்ளி மாணவர்களை விட ஒரு சிறு அளவுதான் உயர்ந்திருக்கின்றது. அனைத்து வகைப்பட்டப் பள்ளிகளும் செல்ல வேண்டியது வெகு தூரம்.

அடுத்து, இணைக்கப்படப் போகின்றன என்ற பட்ஜெட் அறிவிப்புத் தவிர மற்ற விவரங்கள் தெரியவில்லை.

அடுத்து, இணைக்கப்படப் போகும் 1,834 பள்ளிகளில் மிகப் பெரும்பானவை, 1138 ஆதி திராவிட நலத் துறைப் பள்ளிகள். இணைக்கப்படும் மொத்த மாணவர் 1.6 லட்சம் பேரில் 95,013

ஆதி திராவிடர் நலத் துறைப் பள்ளிகளைச் சேர்நதவர். அடுத்து பழங்குடியினர் பள்ளிகள் 328, மாணவர் 31,153.

இதில் முக்கியமாக மனதில் கொள்ள வேண்டியது என்னவென்றால், SC, ST மாணவர்கள் மிகப் பெரும்பாலோர் கல்வித் துறை நடத்தும் பள்ளிகள், மற்ற பல வகைப்பட்ட பள்ளிகள், தனியார் பள்ளிகளிலும் படிக்கிறனர்.

அனைத்து வகைப்பட்டப் பள்ளிகளிலும் படிக்கும் மொத்த SC, ST மாணவர், 31.1 லட்சம் பேர். அதில் ஒரு சிறு பகுதி, 1.26 லட்சம் பேர்தான் ஆதி திராவிடர், பழங்குடியினரின் தனிப்பட்ட பள்ளிகளில் படிக்கின்றனர். அதிலும், இந்தத் தனிப்பட்ட பள்ளிகளில் அப் பிரிவினைச் சாராத மற்ற மாணவரும் படிக்கின்றனர். அவர்களை விட்டுவிட்டால், இந்த எண்ணிக்கை இன்னும் குறையும். அதாவது, மொத்த எஸ்.சி / எஸ்.டி மாணவரில் 4.00% க்கும் குறைவானவர்தான் தனிப்பட்ட, ஆதி திராவிட, பழங்குடியினர் பள்ளிகளில் படிக்கின்றனர்.

இந்தப் பள்ளிகளின் அவல நிலை, அங்கு நடக்கும் சீர்கேடுகள் வெகு காலமாகச் சுட்டிக் காட்டப்பட்டு இந்த இணைப்பு வேண்டும் என்ற கோரிக்கை எழுந்திருந்தது.

எஸ்சி எஸ்டி பள்ளிகளை நிர்வாகம் செய்வது அந்த எஸ்சி எஸ்டி துறையில் இருக்கின்ற ரெவின்யூ இன்ஸ்பெக்டர் (RI), தாசில்தார், மாவட்ட ஆதிதிராவிடர் மற்றும் பழங்குடியினர் அலுவலர் மட்டுமே.

இவர்கள் அனைவரும் வருவாய் துறை சார்ந்தவர்கள். இவர்களுக்கும் கல்வித்துறைக்கும் எந்தத் தொடர்பும் இல்லை. மேலும் இவர்களுக்கு ஏராளமான மற்ற வேலை பளுக்கள் உண்டு.

அவர்களால் பள்ளிகளுக்கு செல்வதும், விடுதிகளுக்குச் சென்று, மேலாண்மை செய்வதும், பாடங்களை ஆசிரியர்கள் முறையாக எடுக்கின்றார்களா, மாணவர்களுடைய கல்வித் தரம் எப்படி இருக்கிறது என்பதைப் பற்றி எல்லாம் ஆய்வு செய்வதற்கான வாய்ப்பு மட்டுமல்ல, அதற்கான பயிற்சியும் அவர்களுக்கு இல்லை என்பதும் நடைமுறை உண்மை. ஆகவே கல்வித் துறையைச் சார்ந்தவர்கள், கல்வியாளர்கள் மட்டுமே பள்ளிகளை ஆய்வு செய்ய முடியும்.

ஆனால் பலர் குறிப்பிடுவது எஸ்சி எஸ்டி பள்ளிகளில் அந்தந்த சமூகத்தைச் சார்ந்தவர்களையே ஆசிரியர்களாக, விடுதிக்காப்பாளர்களாக, உதவியாளர்களாக நியமித்தால்தான் அது சிறப்பாக இருக்கும் என்பது. ஆனால் நடைமுறையில் அந்த சமூகத்தைச் சேர்ந்தவர்களும், படித்து வேலை வாய்ப்பு பெற்று, நல்ல வருவாய் பெற்ற பிறகு அவர்களுடைய சமூகத்தை திரும்பிப் பார்ப்பதில்லை என்பதுதான் எதார்த்தமான உண்மை. அதில் ஒரு சிலர் மட்டும்தான் தங்களுடைய சமூகத்தினுடைய மேம்பாட்டிற்கு வேலை செய்பவர்களாக இருக்கின்றார்கள். பெரும்பகுதியானவர்கள் அப்படி இல்லை என்பது நடைமுறை உண்மை.

டாக்டர் அம்பேத்கர் கூட தன்னுடைய இறுதி காலத்தில் வேதனைப் பட்டார். தலித் சமூகத்தினுடைய மேம்பாட்டிற்காக இட ஒதுக்கீடு உட்பட பல்வேறு திட்டங்களைக் கொண்டு வருவதற்காகப் போராடி, அவர்களுக்கான கல்வி, வேலை வாய்ப்புகளைப் பெற்றுக் கொடுத்து, அவர்கள் படித்து வேலை வாய்ப்பு பெற்று, கை நிறைய வருவாய் ஈட்டுகின்ற காலங்களில் தங்களுடைய சமூகத்தினுடைய மேம்பாட்டுக்காகப் பணியாற்றவில்லை என்பது தனக்கு மிகுந்த வருத்தத்தை கொடுக்கிறது என்று டாக்டர் அம்பேத்கர் குறிப்பிட்டிருப்பதை நாம் நினைவில் கொள்ள வேண்டியதாக இருக்கிறது.

அந்தந்த சமூகத்தைச் சேர்ந்தவர்கள் அந்த சமூகத்தினுடைய மேம்பாட்டிற்குப் பணியாற்றுவார்கள் என்பது நடைமுறையில் இல்லை. ஆகவே உண்மையாகவே அடித்தட்டில் வாழுகின்ற ஒடுக்கப்பட்ட மக்களுக்காக, அடர்ந்த வனங்களில் வாழுகின்ற பழங்குடி மக்களுக்காக தனது அரசுப் பணிக் காலத்தில் அர்ப்பணிப்பு உணர்வோடு சமூக சேவையாற்ற வேண்டும் என்ற உணர்வுள்ள ஆசிரியர்களைக் கண்டறிந்து, அதே போல் சமையலர்களை, உதவியாளர்களை, விடுதிக்காப்பாளர்களைக் கண்டறிந்து நியமிப்பதின் மூலம் தான் அவர்களுக்கான நல்ல கல்வி கிடைக்கும் என்பதுதான் உண்மை.

இத்தகையப் பள்ளிகளில் இன்று நிலவும் சில அவலங்கள்:

- தலைமையாசிரியர் மற்றும் விடுதிக்காப்பாளர் ஒருவராகவே இருப்பது.
- ஒரே விடுதிக்காப்பாளர் பல விடுதிகளுக்குப் பொறுப்பேற்பது.

- விடுதிக்காப்பாளர் விடுதியில் தங்குவதில்லை. ஆதலால் பல விடுதிகளில் மாணவர்களும் இரவில் தங்குவதில்லை.

- குழந்தைகள் விடுதிகளில் தங்கும் நிலைமை இல்லை. 4 மணிக்கு மேல் வீட்டிற்குப் போய் விடுகிறார்கள்.

- பழங்குடி மாணவிகளுக்கான விடுதிகள் செயல்படுவதில்லை. அதற்குப் பெண் விடுதிக்காப்பாளர்கள் நியமிக்கப்படவில்லை.

- பழங்குடி விடுதியில் அனுமதிக்கப்பட்ட மாணவர்களின் எண்ணிக்கை 50 தான். பல பள்ளிகளில் விடுதியில் தங்குகின்ற, தங்குவதற்கான பட்டியலில் உள்ள மாணவர்களுடைய எண்ணிக்கை 50 க்கு கீழே இருந்தாலும் 50 என்று பதிவிடப்பட்டு அதற்குரிய உணவுக் கட்டணம் மற்ற பொருட்களை வாங்குவதற்கு உரிய பணத்தை எடுத்துக் கொள்வது நடைமுறையில் இருக்கிறது.

- அந்தந்தப் பகுதியில் வாழும் பழங்குடிகளின் தாய் மொழி தெரிந்தவர்கள் ஆசிரியர்களாக இருப்பதில்லை. அதனால் மாணவர்கள் பள்ளியில் இருந்து இடைநிற்பதற்கு (Drop out) அது காரணமாகவும் இருக்கிறது.

- ஆசிரியர்கள், தலைமை ஆசிரியர், சமையலர், உதவியாளர்கள் எல்லோரும் தொலைதூரத்தில் இருந்து அந்தப் பள்ளிகளுக்கு வரக்கூடியவர்களாக இருப்பதால் தொடர்ந்து பள்ளிகள் செயல்படுவதற்கு இடையூறாக இருக்கிறது.

- பள்ளியின் செயல்பாடுகளை, விடுதியின் செயல்பாடுகளை மேலாண்மை செய்வது சூப்பர்வைஸ் செய்வது பழங்குடி நலத் துறையில் உள்ள வட்டாட்சியர், ரெவென்யூ இன்ஸ்பெக்டர் மட்டுமே. இவர்களுக்கும் கல்விக்கும் பெரும் தொடர்பு இல்லை. செயல்பாடுகள் முறையாக மேலாண்மை செய்யப்படாமல் இருக்கின்றன.

பொதுப் பள்ளிகளில் படிக்கும் இப் பிரிவு மாணவர் பாகுபாடுகளை சந்திக்கின்றனரா என்றால், ஆங்காங்கே சந்திப்பது உண்மைதான். சாதியத்தில் மூழ்கிக் கிடக்கும் சமுதாயத்தில் இத்தகைய கொடுமைகள் நடக்கும் போது, இரும்புக் கரம் கொண்டு அடக்க வேண்டும். கடுமையான நடவடிக்கை எடுத்து, குற்றம் புரிந்தவர் தண்டிக்கப்பட வேண்டும். அதற்குத் தீர்வாக அனைத்து எஸ்.சி. எஸ்.டி குழந்தைகள் தனிப்பட்டப் பள்ளிகளில் படிக்க வேண்டும் என்ற நிலையை எடுக்க முடியாது. சாதி ஒழிப்பிற்கு, தனிப் பள்ளிகள் தீர்வல்ல. அவர்கள்

இன்னும் தனிமைப் படுத்தப்படுவதற்கு, அவர்களது ghettoization க்கு வழி வகுக்கும்.

அப்படியென்றால், பள்ளிகள் இணைப்பை எதிர்ப்பது மாணவர் நலன் காக்கவா அல்லது வேறு காரணங்களுக்காகவா என்ற கேள்வி தவிர்க்க முடியாதது.

சில அடிப்படைகளைத் தேவைகளைச் சுட்டிக் காட்ட விரும்புகிறேன்.

- கல்வித் துறையின் நிர்வாகத்தின் கீழ் கொண்டு வந்து, ஒவ்வொரு வகைப்பட்டப் பள்ளிகளுக்கும், தனித் தனி Joint Directors நியமிக்கப்பட வேண்டும்.

- இப் பள்ளிகளில் தற்பொழுது படிக்கும் மாணவர்களுக்குக் கிடைக்கும் அனைத்து சலுகைகளும் தொடர வேண்டும். மற்ற மாணவரை விட கூடுதல் எண்ணிக்கையில் சீருடை, ஆண்டு தோறும் சுற்றுலா போன்றவை இவை.

- எஸ்சி எஸ்டி துறைக்காக, கல்விக்காக ஒதுக்கப்பட்ட நிதியை விடுதியில் எத்தனை மாணவர்கள் தங்கினாலும் (தற்போது 50 என்ற எண்ணிக்கையை நீக்கி) அவர்களுக்கான உணவு வசதி, நல்ல தரமான உணவு கொடுப்பது, அவர்களுக்கான ஆடை, இணையதள வசதி, அவர்களுடைய மேம்பாட்டிற்கான தொழில்கல்வி போன்றவற்றிற்கு சிறப்பு சலுகைகள் கிடைப்பதற்கும், நிதி ஒதுக்கீட்டைக் கூடுதலாக்குவதற்கும் அரசை வலியுறுத்த வேண்டும்.

- வருடம் தோறும் எஸ்சி எஸ்டி துறைக்கு ஒதுக்கப்படுகின்ற நிதி திருப்பிக் கொடுக்கப்படுவது ஏன் என்ற பெரிய கேள்விக்கு நாம் விடை காண வேண்டும். பல திட்டங்களை வகுத்து, அந்த மக்களினுடைய பொருளாதார மேம்பாட்டிற்கு அந்த நிதியை திருப்பி விடுவதற்குத் திட்டமிட வேண்டும்.

Special Component Plan என்று சொல்லக்கூடிய சிறப்புக் கூறுத் திட்டம் பல்வேறு துறைகளுக்குப் பிரித்து அனுப்பப்படுகிறது. அதன் மூலம் அந்த நிதி முறையாக அந்த மக்களுக்குக் கிடைப்பதும் இல்லை. மேலும் இந்த துறைக்காக ஒதுக்கப்பட்ட நிதி வேறு பல்வேறு திட்டங்களுக்கு மடை மாற்றுவதையும் அரசு செய்து கொண்டிருக்கிறது.

ஆக இவற்றையெல்லாம் தடுத்து முறைப்படுத்தினாலே, இந்த மக்களினுடைய பொருளாதார, கல்வி, தொழில் மேம்பாட்டிற்குப் பெரும் உதவியாக இருக்கும் என்பதையும் நாம் வலியுறுத்த வேண்டும்.

- பழங்குடிப் பள்ளிகளைக் கல்வித் துறையோடு இணைத்து விடுவதால் மட்டுமே மலைப் பகுதி மாணவர்களுக்கு, குறிப்பாக பழங்குடிகளுக்கு நல்ல கல்வி, விடுதிகள் உருவாகிவிடும் என்று சொல்லிவிட முடியாது.

பொதுவாகவே மலைப்பகுதியில் செயல்படுகின்ற, கல்வித் துறைப் பள்ளிகளாக இருந்தாலும், அந்தப் பள்ளிகளில் அங்கேயே சென்று தங்கி மாணவர்களுக்கு உரிய கல்வியை கொடுப்பதற்கான தியாக உணர்வும் அர்ப்பணிப்பும், அந்த மொழியைத் தெரிந்து கொண்டவர்களுமான ஆசிரியர்களைத் தேர்வு செய்து நியமிப்பதால் மட்டும்தான் அவர்களுக்கு சிறந்த கல்வி கிடைக்கும்; விடுதியும் செயல்படும்.

- மலைப்பகுதி மாணவர்களுக்கு வனம் குறித்த, சுற்றுச்சூழல் குறித்த பாடத்திட்டம், வேலைவாய்ப்பு ஏற்படுத்திக் கொடுக்கிற பாடத்திட்டம் தேவைப்படுகிறது.

12

தமிழ் குரலின் மெய்ப்படப்பேசு வலைதள நிகழ்வில் பேசியது

கேள்வி : வணக்கம்! அம்மா, தமிழ்நாட்டில் உள்ள அரசுப் பள்ளி மாணவர்கள் சமீபகாலமாகப் பள்ளிகளை அடித்து உடைப்பது, அங்கு உள்ள ஆசிரியர்களை மிரட்டுவது, குடித்துவிட்டு வந்து பிரச்சனை செய்வது. இது மாதிரியான செயல்கள் அதிகரித்துள்ளது. அரசுப் பள்ளி மாணவர்கள் என்றாலே இப்படித்தான் உள்ளார்கள் என சமூக வலைதளங்களில் பெரிதாக எழுதுவதும், அதைப் பற்றிய விவாதங்கள் நடத்துவது, அந்த செயல்களை *share* செய்வது என்ற நிலை உள்ளது. இவைகளை எவ்வாறு கையாள்வது?

பதில்: இதை முதலில் மாணவர்களுக்கு மட்டுமானப் பிரச்சனையா என்று தான் பார்க்க வேண்டும். இது நம் சமுதாயத்தின் நமது காலகட்டத்தின் மிகப் பெரிய சோகம்; நமக்கெல்லாம் ஒரு பெரிய சவால்; இளைஞர்கள் நமது சமுதாயத்தில் பெரியவர்களிடம் நம்பிக்கையை இழந்து விட்டார்கள் என்பதன் குறியீடு. இது உண்மையிலேயே அரசுப் பள்ளியில் மட்டும் தான் நடக்கிறதா என்பதை எல்லாம் நாம் பேச வேண்டும். பதின்பருவ காலகட்டத்தைச் (*adolescence*) சேர்ந்த மாணவர்கள்தான் இது போன்ற செயல்களில் ஈடுபடுகிறார்கள். பதின்பருவ காலகட்டம் அனைத்து உலக நாடுகளிலும் ஒரு சவாலான காலகட்டமாகத்தான் பார்க்கப்படுகிறது. இக்கட்டத்தில் பெரும் அளவில் *emotional stress*, மன உளைச்சலுக்கு மாணவர்கள், பாலின பாகுபாடு இன்றி, பாதிக்கப்படுவது உண்மை. இந்த பதின்பருவ காலக்கட்டத்தை எவ்வாறு கையாள வேண்டும் என்பதற்குப் பலவிதமான உளவியல் கருத்துக்கள் உள்ளன. அதற்கான பல்வேறு ஏற்பாடுகளும் சமூகத்தில் செய்யப்படுகின்றன. ஆனால் நமது ஊரில் இதற்கான எந்த ஒரு ஏற்பாடும் செய்யப்படுவது இல்லை.

அரசுப் பள்ளி மாணவர்கள்தான் இத்தகைய செயல்களில் ஈடுபடுகின்றனர் என்று சொன்னால், அரசுப் பள்ளி மாணவர்கள் எத்தகைய சமூக, பொருளாதாரப் பின்னணியிலிருந்து வருகிறார்கள்? அரசுப் பள்ளி மாணவர்கள் பெரும்பாலும் ஏழ்மை மிகுந்தப் பொருளாதாரப் பின்னணியில் இருந்து வருகின்றனர். பல்வேறு காலகட்டங்களில் சமூகத்தில் ஒதுக்கப்பட்டு, ஒடுக்கப்பட்டு, பொருளாதாரத்தில் பின்தங்கிய மாணவர்கள்தான் பெரும்பாலும் அரசுப் பள்ளிக்கு வருகின்றனர். ஏழைகள் மட்டும் தான் அரசுப் பள்ளிக்கு வருகின்றனர். அப்படி என்றால் ஏழைக் குழந்தைகள் தான் இது போன்ற வன்முறைகளில் ஈடுபடுகிறார்களா? வசதி படைத்த மாணவர்கள் இது போன்ற செயல்பாடுகளில் ஈடுபடுவது இல்லையா?

குழந்தைகளின் பின்னணியைப் புரிந்து கொள்ளக்கூடிய கல்வி அமைப்பு நம்மிடம் இல்லை. குறை சொல்ல வேண்டும் என்று சொன்னால் கல்வி அமைப்பு முழுவதையும்தான் குறை சொல்ல வேண்டும். குறிப்பாகச் சொல்ல வேண்டும் என்றால் பள்ளிகள் சமுதாயத்திலிருந்து முழுக்க விலகிக் கிடக்கின்றன; அன்னியப்பட்டுக் கிடக்கின்றன. அவ்வாறு வன்முறைகளில் ஈடுபடும் அல்லது அதில் தள்ளப்படும் குழந்தைகளின் சூழலைப் புரிந்து கொள்ளும் நிலை பள்ளிகளில் இல்லை. அந்த மாணவர்களின் பரிதாபமான குரல் தான் இன்று வன்முறையாக வெளிப்படுகிறது. மாணவர்களின் அந்தக் காலக் கட்டம், adolescent period ஆனது அன்புக்காக, புரிதலுக்காக, அரவணைப்புக்காக, உதவிக்காகத் தவிக்கின்ற ஒரு காலக்கட்டம். கலாச்சாரக் காரணமாக பெண் குழந்தைகள் இது போன்ற செயல்பாடுகளில் அதிகமாக ஈடுபடாவிட்டாலும், அவர்களுக்கும் இது போன்ற உளவியல் சிக்கல்கள் ஏராளமாக இருக்கின்றன..

ஏன் இதுபோன்ற செயல்பாடுகளுக்கு எல்லாம் மாணவர்கள் தள்ளப்படுகிறார்கள்? இதில் பெற்றோர்களுக்குப் பங்கு இல்லையா என்று கேட்கப்படுகிறது. பெற்றோர்களுக்கும் பங்கு உண்டு. ஆனால், அரசுப் பள்ளிக்கு வரக் கூடிய பெரும்பாலான குழந்தைகளும் அவர்களுடைய பெற்றோர்களும் முதல் தலைமுறைக் கல்வி கற்பவரைச் சார்ந்தவர்கள். High school, Higher secondary schools, எல்லாம் போகாதவர்கள். அதிகம் போனால், எட்டாம் வகுப்பு வரை படித்திருப்பார்கள். அந்தப் பெற்றோர்கள் எல்லோரும் அன்றாடம் கூலி வேலைக்குப் போகக் கூடியவர்கள். அவர்கள் கூலி வேலைக்குச் சென்றால் தான் வீட்டில் சமைக்க முடியும்.

அந்த மாதிரியான ஒரு நிலைமையில் இருக்கும் குழந்தைகளுக்கு இந்தப் பெற்றோர்கள் அதை எல்லாம் கற்றுத் தர வேண்டும், அவர்களிடம் இருந்துதான் உதவி வரவேண்டும் என்று சொன்னால் அதற்கான நேரமோ, புரிதலோ, சூழலோ பெற்றோர்களுக்குக் கிடையாது. அதையும் பள்ளிகள் தான் செய்ய வேண்டும். நமது சமுதாயத்தின் பள்ளியின் மிகப்பெரிய சாபக்கேடு என்பது சமூகத்திலிருந்து அன்னியப்பட்டுக் கிடப்பதே. இந்தப் பணியை யார் செய்ய வேண்டும்? ஆசிரியர்கள் தான் செய்ய வேண்டும். அந்த ஆசிரியர்களுக்கும் மாணவர்கள் வரக்கூடிய சமுதாயத்திற்கும் எந்தத் தொடர்பும் கிடையாது. பெரும்பாலான அரசுப் பள்ளி ஆசிரியர்கள் தங்கள் வாழ்விடத்தில் இருந்து பள்ளிக்கு நீண்ட தூரம் பயணம் செய்து வருகிறார்கள். அதனால் பள்ளியைச் சுற்றி இருக்கின்ற குழந்தைகள் பற்றியும், சமுதாயத்தைப் பற்றியும் எந்தப் புரிதலும் கிடையாது. குழந்தைகளின் வாழிடங்களை நேரில் சென்று ஆசிரியர்கள் பார்த்ததே கிடையாது. சமூக ரீதியில், பொருளாதார ரீதியில் ஆசிரியர்களுக்கும் மாணவர்களுக்கும் மிகப்பெரிய வேறுபாடு உள்ளது. ஆசிரியர்கள் 4 மணிக்குப் பள்ளியை முடித்த உடன் கிளம்பிவிடுவார்கள். குழந்தைகள் அவர்களுடன் பேசுவதற்கு அவர்கள் மனதை உலுக்கிக் கொண்டிருக்கும் கேள்விகளைக் கேட்பதற்கு நேரமே இல்லை. எந்த உறவும் கிடையாது. சில விதிவிலக்கான ஆசிரியர்கள் மாணவர்களிடம் அன்பாகப் பழகக் கூடியவர்கள் உள்ளனர். அதுபோன்ற ஆசிரியர்களிடம் இதுபோன்ற வன்முறை சம்பவங்கள் நடப்பது இல்லை. ஒரு ஆசிரியரை அடிப்பது, அவதூறு பேசுவது போன்ற தேவையற்ற செயல்பாடுகளை செய்ய மாட்டார்கள். அதுமட்டுமல்ல அத்தகைய மாணவர்களுடன் அன்புடன் பழகக்கூடிய ஆசிரியர்களை யாராவது ஒரு வார்த்தை தவறாக சொன்னால் மாணவர்கள் திரண்டு வந்து, அவர்களை அடிப்பார்கள். ஆசிரியர்கள் பக்கம்தான் இருப்பார்கள். ஏன் இவையெல்லாம் நடக்கின்றன? மனித உறவுகளே மறைந்து விட்டன; மடிந்து விட்டன. முன்பெல்லாம் ஆசிரியர்கள் அதே கிராமத்தில் தங்கி இருப்பார்கள். மாலை நேரங்களில் மாணவர்களுடனும் பெற்றோருடனும் பேசுவார்கள். இன்று அரசுப் பள்ளி பெற்றோருக்கும் ஆசிரியருக்குமான உறவு மிகவும் குறைந்துள்ளது. மாணவர்களைப் பற்றி விசாரிக்க பெற்றோர்கள் வர வேண்டும் என்றால், எவ்வாறு வரமுடியும்? நான்கு மணிக்கெல்லாம் ஆசிரியர்கள் வீட்டிற்குச் சென்று விடும் நிலையில், பெற்றோர்கள் ஒரு நாள் கூலியை இழந்துதான் ஆசிரியரைப் பார்க்க வர

வேண்டும். அது எப்படி முடியும்? பெற்றோர்களைத் தேடிச் சென்று ஆசிரியர்கள் தான் பார்க்க வேண்டும். இந்த சமூக விரிசல்தான் இன்றைய கல்வியின் மிகப்பெரிய சோகம். இதை எப்படியாவது நிவர்த்தி செய்யாவிட்டால், இந்தத் தலைமுறைக் குழந்தைகளை நாம் இழந்துவிடுவோம். வசதி படைத்த குழந்தைகளிடம் தனியார் பள்ளிகளில் இவ்வாறு நடப்பதில்லை என்றால் அவர்களுக்குப் பலவித *support systems* இருக்கின்றன. அப்பா அம்மா நிறையப் படித்தவர்கள். மாலை நேரங்களில டியூஷனுக்கு செல்வார்கள். பெற்றோர்களின் மேற்பார்வை சற்றுக் கூடுதலாக இருக்கும். *Digital learning* எளிதாகப் பயன்படுத்த முடியும். இவை எதுவும் அரசுப் பள்ளி மாணவர் பெரும்பாலானவர்களுக்குக் கிடையாது.

தவறு செய்யும் மாணவர்களை இழிவு படுத்தாமல், பலர் முன்னிலையில் அசிங்கப்படுத்தாமல் அவர்களைத் தனியே அழைத்து, அவர்களிடம் ஆசிரியர்கள் பேசுகிறார்களா? அவனது பிரச்சினையை அறிந்து கொள்ள முயல்கிறார்களா? "ஏம்பா இப்படி நடந்துகிட்ட? என்ன காரணம்?" என்பதைப் பற்றி ஒரு பரிவுடன், கனிவுடன் ஆசிரியர்கள் பேச ஆரம்பித்தால் இந்த இடைவெளி மிகப்பெரிய அளவில் தவிர்க்கப்படும். இதற்கு அவர்களுக்கு நேரமில்லை. பரிவு காட்டுகின்ற நிலை வேண்டும். கொரோனா காலகட்டத்தில் பல மாணவர்கள் பட்டினி கிடந்தார்கள். எத்தனை ஆசிரியர்கள் பெற்றோர்களிடமும் மாணவர்களிடமும் தொலைபேசி மூலம் பேசியுள்ளனர்? 'ஏம்பா, சாப்பிட்டயா?' என்று கேட்டார்களா? அவ்வாறு பேசி இருந்தால் குழந்தைகள் ஆசிரியர்களுடன் ஒட்டிக் கொள்வார்கள். ஆசிரியர் கிழித்த கோட்டைத் தாண்டமாட்டார்கள். அந்தக் கனிவுடன், பரிவுடன் பழகவேண்டும். பாடம் சொல்லிக் கொடுக்க வேண்டும். தேர்வு வைக்க வேண்டும். குறைவான மதிப்பெண் வாங்கினால் அவர்களைப் பற்றி குறை கூறத்தான் பெற்றோர்களைப் பார்க்கவேண்டும். அவர்கள் முன்னிலையில் மாணவர்களைத் திட்ட வேண்டும்.

இப்பொழுது கூட சில மாணவர்களுடைய தலைமுடியை எல்லாம் சில ஆசிரியர் வெட்டியுள்ளனர். ஒரு பதின் பருவக் காலக்கட்டத்தில் ஒரு மாணவனை இதைவிட மோசமாகக் குத்திக் கிழிக்க முடியாது. ஒரு ஆசிரியர் இதை எப்படி செய்ய முடியும்?

ஆசிரியர்கள் சொல்கிறார்கள் 'எங்களுக்கு அதிக வேலைப்பளு உள்ளது'. உண்மைதான். அரசாங்கம் பல்வேறு வேலைகளைக்

கொடுக்கின்றது. EMIS இல் விவரங்களைப் பதிவு செய்வது; இலவசப் பொருள்கள் விநியோகம் செய்வது, இதுபோன்ற வேலைகள் கொடுக்கிறார்கள். இதையெல்லாம் அரசாங்கம் கொடுக்க கூடாது. அதற்கு மாற்று ஏற்பாடுகள் செய்ய வேண்டும்.

பாடத்திட்ட சுமை. இது கூட மிக அதிக அளவில் உள்ளது. வறுமையில் வாழ்கின்ற, கல்வி சார்ந்து எந்தவித உதவியும் கிடைக்காத சமுதாயத்தில் உள்ள குழந்தைகளுக்குப் பாடச் சுமையை சமாளிக்க முடியவில்லை. பாடத்திட்டம் எப்படி இருக்க வேண்டும்? அதன் சுமை எப்படி இருக்கவேண்டும்? எந்த அளவுக்கு ஒன்பதாம் வகுப்புக் குழந்தைக்கு சொல்லிக் கொடுக்க வேண்டும்? இவற்றையெல்லாம் யார் முடிவு செய்கிறார்கள்? மேல்தட்டில் உள்ளவர்கள் தங்கள் குழந்தைகளை உலக அளவிலான போட்டிக்குத் தயார் படுத்துவதற்காகப் பாடத்திட்டங்களை உருவாக்குகின்றனர்.. இதனை, அடிப்படை வசதிகள் கூட இல்லாத குழந்தைகளையும் அடையச் செய்தல் வேண்டும் என்றால் அது எப்படி முடியும்? இந்தக் கொரானா தடை காலத்தில் டிஜிட்டல் முறை என்பது 8 சதவீத குழந்தைகளுக்கு மட்டுமே கிராமப்புறங்களில் கொடுக்க முடிந்தது என ஜான் டிரீஸ் என்ற பொருளாதார சமூக நிபுணர் தன் ஆய்வின் மூலம் கூறியுள்ளார். பாடத்திட்டத்தைக் குறைவாகக் கொடுத்தால் தரம் குறைந்து போகும் என்று சொல்கிறார்கள். தரம் என்பது என்ன? அடித்தட்டு மாணவர்கள் எவ்வளவு எம்பி எம்பிக் குதித்தாலும் மேல்தட்டு மாணவர்களுக்காக உருவாக்கப்படுகின்ற பாடத்திட்டத்தை எட்ட முடியாது; சமாளிக்க முடியாது. ஆசிரியர்களாலும் கற்றுத்தர முடியாது. அதனால் அரசைப் பொருத்த வரைக்கும் பாடத்திட்ட சுமையைக் குறைக்க வேண்டும். போதுமான ஆசிரியர்களை நியமிக்க வேண்டும். ஆசிரியர்களுக்குக் கற்பித்தலைத் தவிர வேறு வேலைகள் கொடுக்கக் கூடாது.. ஆசிரியர்கள் ஒவ்வொரு மாணவரையும் புரிந்துகொண்டு அவர்களிடம் பரிவு கொண்டவர்களாக இருந்தால் தான் நல்ல ஆசிரியர்களாக இருக்க முடியும்.

அதற்கு என்ன செய்ய வேண்டும்? உடனடியாக என்ன செய்ய வேண்டும்? நமது பள்ளிகளில் குழந்தைகளுடைய உளவியல் பிரச்சினைகளைப் புரிந்து கொள்வதற்கு, அதற்கான கவுன்சிலிங் கொடுப்பதற்கு யாரும் இல்லை. ஒவ்வொரு பள்ளியிலும் கவுன்சிலர் நியமிக்க வேண்டும் என்று சொல்லப்படுகிறது. எங்கே இருக்கிறார்கள் இந்தக் கவுன்சிலர்கள்? இந்தியாவில் தற்போது கவுன்சிலிங் கொடுப்பவர்கள் மிகவும் குறைவு. அதுவும்

கிராமப்புறத்தில் வறுமையிலும் சாதிய ஒடுக்குமுறைகளிலும் ஆழ்ந்து கிடக்கின்ற மாணவரின் உளவியல் பிரச்சனைகளைப் புரிந்து கொண்டு கவுன்சிலிங் கொடுப்பவர்கள் எங்கே இருக்கிறார்கள்? இந்த சமுதாயத்தில் சாதி ரீதியாக எவ்வளவு உளவியல் பிரச்சினையில் மாணவர்கள் இருக்கிறார்கள்! அவர்களைப் புரிந்து கொண்டு அவர்களுக்கு ஆலோசனை வழங்க யாருமே இல்லை. தேவையான கவுன்சிலர்ஸ் கிடையாது. தமிழ் நாட்டின் அரசுப் பள்ளிகள் 37,700 க்கு மேற்பட்டவற்றில் நியமிப்பதற்கு கவுன்சிலர்களுக்கு எங்கே போவது?

இன்னொன்று; நம் சமுதாயத்தில் மாணவர்கள் பெரும்பாலும் கவுன்சிலரிடம் செல்லமாட்டார்கள். வெளிநாடுகளில் ஒன்றாம் வகுப்பு முதல் கவுன்சிலர் உள்ளனர். அவர்கள் அனைத்துக் குழந்தைகளுடனும் பேசுவார்கள். நம் சமுதாயத்தில் கவுன்சிலர்ஸ் என்பவர் வெளி ஆட்கள். அவரிடம் நான் போய் பேச மாட்டேன் என்று மாணவர்கள் நினைப்பார்கள். நான் ஒரு பெண்கள் கல்லூரியில் முதல்வராக இருந்தபொழுது முயற்சி செய்திருக்கிறேன். ஆரம்ப காலத்திலிருந்து குழந்தைகளுக்கான உளவியல் ஆலோசனைகளை வழங்க வேண்டும்; குழந்தைகளைப் புரிந்துகொண்டு ஆலோசனை வழங்கக்கூடிய ஆசிரியர்கள் வேண்டும் என்பது எனது கருத்தாக இருந்தது. எனவே எங்கள் கல்லூரி பேராசிரியர்களிடம் நீங்களே தன்னார்வமாக மாணவிகளுக்கு ஆலோசனை வழங்க முன் வாருங்கள் என்று கேட்டுக் கொண்டேன். அவ்வாறு சிலர் முன் வந்தனர். மாலையில் 4 மணிக்கு மேல் ஒரு அறையில் அவர்கள் இருப்பார்கள். மாணவிகள் அவர்களிடம் தனியாகப் பேசலாம். சில நாட்கள் அவ்வாறு ஆலோசனைகள் வழங்கப்பட்டது. பிறகு மாணவிகள் ஆலோசனை பெற வரவில்லை. காரணம் என்னவென்று விசாரித்த போது தான் தெரிந்தது. ஒருவர் ஆலோசனைக்காகச் சென்றால் அவருக்கு ஏதோ மிகப்பெரிய பாலியல் சம்பந்தமான பிரச்சினை உள்ளது; இவர் காதல் சம்பந்தப்பட்ட பிரச்சனையில் மாட்டி உள்ளார் என்று பிறர் பேசுவார்கள் என நினைத்து ஆலோசனை பெறவே செல்லவில்லை. சூழலில் மாற்றம் வர வேண்டும்.

ஆசிரியர்களே ஆலோசகராக ஒவ்வொரு மாணவர்களிடமும் குடும்பத்தைப் பற்றியும், சமூகத்தைப் பற்றியும் பேச வேண்டும். வாரத்தில் குறைந்தது மூன்று நாட்களாவது நான்கு மணிக்கு மேல் இருந்து மாணவர்களிடம் பேச வேண்டும். உரையாட வேண்டும். அப்பொழுதுதான் மாணவர்கள் நம்பிக்கையாக ஆலோசனை

பெற வருவார்கள். முதலில் ஆசிரியர்-மாணவர் நல்ல உறவை உருவாக்கிக் கொள்ள வேண்டும். தன்னுடைய தொலைபேசி எண்ணை அனைத்து ஆசிரியர்களும் குழந்தைகளிடம் கொடுத்து வைக்க வேண்டும். 'உனக்கு என்ன பிரச்சனை வந்தாலும் கேட்கலாம்' என்ற எண்ணத்தை உருவாக்க வேண்டும். மாணவர்கள் பேசும்பொழுது ஆசிரியர்கள் அதனைத் தவிர்க்கக் கூடாது. அப்படி தவித்துப் போய் இருக்கும் மாணவன் phone செய்தால், ஆசிரியர் 'நான் இப்ப serial பாத்துக்கிட்டு இருக்கேன். அப்பறம் பேசு' என்று சொன்னா அவ்வளவுதான்; அவன் அப்படியே off ஆகி விடுவான். திரும்பி அவரிடம் போக மாட்டான். இவையெல்லாம் ஆசிரியர்களின் அடிப்படை விழுமியங்கள்; ஆசிரியருக்கான இலக்கணங்கள். ஆனால் இவற்றையெல்லாம் நம் B.Ed. கல்லூரிகளில் சொல்லிக் கொடுப்பதே கிடையாது. நம்முடைய அரசுப்பள்ளிகளில் முக்கியமாக ஆதரவுக்காகக் குழந்தைகள் தவிக்கும் நிலை உள்ளது. ஆகவே, இங்கே அவசியம் தேவை.

இவர்களுக்கெல்லாம் சினிமா நட்சத்திரங்கள் தான் மாடல்ஸ். சினிமாவில் பெரிய பெரிய வன்முறைகளில் ஈடுபடக் கூடியவர்கள் தான் நமக்கான ஹீரோஸ் என்ற எண்ணம் மாணவர்களிடம் உள்ளது. சரி; அதற்காக நாம் என்ன செய்ய முடியும்? சினிமா துறையை மாற்ற முடியுமா? முடியாது. அப்போது ஆசிரியர்கள் என்ன செய்ய வேண்டும்? வேறு alternate models யார்? இவர்கள் பல்வேறுபட்ட முன்னுதாரணமான மனிதர்களைப் பற்றித் தொடர்ந்து பேச வேண்டும். ஒரு அப்துல் கலாம் பற்றி மட்டும் அல்ல. சாதாரண மனிதர்கள் சிலரின் முன் உதாரண செயல்கள் பற்றிப் பேச வேண்டும். ஆசிரியர்களே முன்மாதிரியாக இருக்கவேண்டும். ஒரு பிரச்சனை. சமூகத்தில் நடக்கிறது; அந்த சூழலில் ஆசிரியர் அதில் தலையிட்டு அதனை சரி செய்ய முயல்கிறார். இதைப் பார்க்கும் பொழுது மாணவர்கள் நிச்சயம் ஆசிரியர்களை முன்மாதிரியாக நினைப்பார்கள். செய்தித்தாள்கள், தொலைக்காட்சி, இன்டர்நெட் போன்றவை பல்வேறு ஆடம்பரங்களைக் கொண்டுவந்து கொட்டுகின்ற நிலைமை இருக்கும் சமூகத்தில் வசதி இருக்கின்ற மாணவர்கள் அதில் மிதக்கிறார்கள்.. இந்த வசதி வாய்ப்போடு இருக்கின்ற மாணவர்களைப் பார்த்து மாணவிகள் அவர்கள் பக்கம் ஈர்க்கப்படுகின்றனர். எங்களையெல்லாம் பார்த்தா அவர்களுக்குப் பிடிக்கவில்லை. இவையெல்லாம் அந்த வயதில், ஒரு sexuality, பாலுணர்வு விழித்தெழுகின்ற காலகட்டத்தில் இயற்கையாகத்

தோன்றுபவைதான். ஆசிரியர்கள்தான் இவற்றைப் பற்றி எல்லாம் பேச வேண்டும். பள்ளியிலே அருமையான மனித உணர்வுடைய ஒரு சூழலை ஆசிரியர்கள் உருவாக்க வேண்டும். ஒரு moral-ethical environment உருவாக்க வேண்டும்.

தலைமை ஆசிரியருக்கு இதில் மிகப்பெரிய பொறுப்பு உள்ளது. நிறைய பள்ளிக் கூடங்களில் நிறைய குழந்தைகள் பாடத்தில் எவ்வளவு பின்தங்கியுள்ளனர்? அவர்களுக்கு ரிமெடியல் டீச்சிங் தேவைப்படுகிறது. இன்று தமிழகத்தின் கற்றல்திறன் பற்றிய நிறைய ஆய்வுகள் உள்ளன. நமது கற்றல் திறன் உத்தர பிரதேசம் பிஹார் இதற்கு சமமாகத்தான் உள்ளது. எட்டாம் வகுப்பு மாணவர்களுக்கு ஐந்தாம் வகுப்புப் பாடப்புத்தகத்தைப் படிக்க முடியவில்லை; ஐந்தாம் வகுப்புப் படிக்கும் மாணவர்களுக்கு மூன்றாம் வகுப்புக் கணக்கைப் போட முடியவில்லை. இது போன்ற பின் தங்கியிருக்கும் மாணவருக்கு ஆசிரியர்கள் கூடுதல் நேரம் செலவு செய்ய வேண்டும். மதிப்பெண்கள் குறைவினாலும் அவர்களுக்கு மன உளைச்சல் ஏற்பட்டு பிரச்சனைகள் உள்ளன.

இதை நான் கூறினால் என் மீது சிலர் கோபம் கொள்வார்கள். பள்ளிகளுக்கு செல்லும் பெண் ஆசிரியைகள் விலை உயர்ந்த பட்டுப் புடவைகளும் நகைகளும் அணிந்து செல்கின்றனர். ஆனால் எளிமையாக இருக்கும் ஆசிரியரிடம்தான் மாணவர்கள் அதிகம் ஈர்க்கப்படுகின்றனர்.

பாமா என்கின்ற எழுத்தாளர் மிகவும் பிரசித்தி பெற்ற நாவலாசிரியர். அவர் விருட்சங்களாகும் விதைகள் என்ற புத்தகத்தை எழுதி உள்ளார். அதற்கு நான்தான் முன்னுரை எழுதியுள்ளேன். அவர் ஒரு பள்ளி ஆசிரியை. அவர் எப்படித் தன் மாணவர்களுடன் பழகினார்; எப்படி ஆசிரியர் மாணவர் உறவு சிறப்பாக அவருக்கு அமைந்தது, மாணவர்கள் எப்படி அவரிடம் ஒட்டிக் கொண்டார்கள் என்பதைப் பகிர்ந்துள்ளார். சில ஆண்டுகளுக்கு முன் பணி ஓய்வு பெற்றார். அவர் ஒரு பேருந்து நிலையத்தில் நின்று கொண்டிருந்த போது, ஒரு இளைஞர் ஓடிவந்து "டீச்சர்! டீச்சர்! என்ன தெரியுதா?" "20 ஆண்டுகளுக்கு முன் நான் உங்களிடம் படித்தேன். என்னை தெரிகிறதா? அன்று நீங்கள் எங்களுக்கு கொடுத்த அன்பு, எங்களை அழைத்துச் சென்ற இடங்கள், பேசிய அன்பான வார்த்தைகள்.. இவையெல்லாம் எங்களால் மறக்கவே முடியாது." என்று சொல்கிறான். இதுபோல் எத்தனை ஆசிரியர்களை மாணவர் நினைவு கூறுவார்கள்? பல

இடங்களில் இது போன்ற நிறைய செய்திகளைக் கூறியுள்ளார். அரசுப் பள்ளிகளில் மிகவும் ஏழைப்பட்ட மாணவர்கள்தான் படிக்கிறார்கள்... எட்டாம் வகுப்புடன் பள்ளிகளிலிருந்து சில மாணவிகளை நிறுத்திவிடுவார்கள். "நான் அவர்கள் வீடுகளுக்குச் சென்று குடும்பத்தினரிடம் பேசி அவர்களை மீண்டும் பள்ளிக்கு வருவதற்கான ஏற்பாடுகளை செய்வேன். 'பள்ளிக்கு வரச் சொல்லி வெகு நேரம் பேசுவேன்.' ஆனால் அவர் இதுவரை பணிசெய்த எந்தப் பள்ளியிலும் சக ஆசிரியர்களும் தலைமையாசிரியரும் அவருக்கு உறுதுணையாக இருந்ததே இல்லை என்பதைக் கூறியுள்ளார். "உனக்கு எதற்கு இந்த வேலையெல்லாம்? அவங்க வீட்டுக்கெல்லாம் ஏன் போறே? பாடம் சொல்லிக் கொடுத்துட்டுப் பேசாம இரு" என்று கடிந்தவர்கள்தான் அவர்களெல்லாம்.

பல விதிவிலக்கான அருமையான ஆசிரியர்களும் உள்ளனர். நாங்கள் பள்ளிக்கல்வி பாதுகாப்பு இயக்கம் என்ற ஒரு இயக்கம் நடத்துகிறோம். தமிழக அரசின் பல திட்டங்களுடன் இணைந்தும் வேலை செய்கிறோம். இதில் விதிவிலக்கான பல்வேறு சிறப்புமிக்க ஆசிரியர்கள் உள்ளனர். அவர்களிடம் இதுபோன்ற வன்முறையில் மாணவர்கள் ஈடுபடுகிறார்களா என்று கேட்டால், இருக்கவே இருக்காது.

குழந்தைகளின் நிலை, பெற்றோர்களின் வசதிக்குத் தகுந்த நேரத்தில் பள்ளிக்கு வர இயலாத நிலை இவற்றையெல்லாம் புரிந்துகொண்டு, பள்ளிகளில் இருக்கும் ஆசிரியர்கள் குழந்தைகள் வசிக்கும் இடங்களுக்கு அடிக்கடி செல்ல வேண்டும். இல்லம் தேடிக் கல்வி மையங்களுக்கு ஆசிரியர்கள் சென்று நாம் பல்வேறு மாற்றங்களை சமுதாயத்தில் கொண்டு வரவேண்டும். பெற்றோர்களைப் பார்க்கவேண்டும் என்று கூறினால் ஆசிரியர்களுக்குப் பிடிப்பதே இல்லை. 'இவர்கள் யார் சொல்லிக் கொடுப்பது? இவர்கள் எங்களை விட அதிகமாக சொல்லிக் கொடுத்து விடுவார்களா?' என்ற எண்ணம். அவர்கள் ஆசிரியர் போல் பாண்டித்தியம் உள்ளவர்கள் அல்லதான். ஆனால், உள்ளூரிலேயே பாடம் நடத்தும் இல்லம் தேடிக் கல்வித் தன்னார்வலர்களுடன் குழந்தைகள் இணைந்து வாய்விட்டு பேசுகிறார்கள்; தங்கள் மகிழ்ச்சிகளைப் பகிர்ந்து கொள்கிறார்கள்; கேள்விகள் கேட்கிறார்கள். ஆனால் பள்ளிகளில் மிகப் பெரிய குறை மாணவர்களைக் கேள்வி கேட்க விடுவதில்லை. மாணவர்களிடம் கலந்து ஆலோசிப்பது இல்லை. இப்படி இருந்தால் எப்படி? பாடத்தைப் பற்றியச் சந்தேகங்கள், பாடத்திற்கு வெளியே உள்ள சந்தேகங்கள் இவற்றையெல்லாம்

குழந்தைகள் எங்கே கேட்பார்கள்? எனவே இதையெல்லாம் மாற்றிய, மனிதத்தை வளர்க்கின்ற ஒரு கல்வி அமைப்பு நம்முடைய சமுதாயத்திற்கு வேண்டும். இன்றைய அரசுப் பள்ளிப் பெற்றோர் கூலி வேலை செய்து கொண்டு வாழ்க்கைப் போராட்டத்தில் ஈடுபட்டிருப்பவர்கள், அவர்கள் வளர்ந்த காலத்திற்கும், இன்று தங்கள் வளர் இளம் பருவக் குழந்தைகள் வாழ்கின்ற உலகத்திற்கும் இடையே உள்ள வேறுபாட்டை அவர்களால் புரிந்து கொள்ள முடியாது. அவர்கள் ஒரு சிறிய கூட்டில் வாழ்கிறார்கள். அந்தக் கூட்டை உடைத்துக்கொண்டு வெளியே வந்து குழந்தைகள் பழகுகின்ற பெரிய பரந்த உலகத்தைப் பார்க்க முடியாது.

கேள்வி: 'அரசுப் பள்ளியில் இப்பொழுது மாணவர்களை அடிப்பதில்லை. நாங்கள் படிக்கும் காலத்தில் எங்களை நன்றாக அடித்தார்கள். அதனால் தான் நல்லா படித்தோம்.' என்று ஒரு தரப்பு கூறுகின்றனர். இதை நீங்கள் எவ்வாறு பார்க்கிறீர்கள்?

பதில்: 'அடியாத மாடு படியாது' என்பதுதான் நம்ம ஊர் பழக்கம். மாட்டையே அடிக்கக்கூடாது; மனுஷனை அடிப்பதை எவ்வாறு ஏற்றுக்கொள்ள முடியும்? குழந்தைகளை அடித்தால் பல்வேறு சட்டங்கள் பாயும். அடிப்பதால் ஒரு மனிதனைத் திருத்திவிட முடியும் என்பதை ஏற்றுக் கொள்ளவே முடியாது. அதிலும் குறிப்பாக வளர் இளம் பருவக் குழந்தைகளை அடிப்பது, ஒவ்வொரு அடியும் அவர்களது உணர்வுகளுக்குக் கொடுக்கும் மரண அடி. அன்பினால் தான் அவர்களை சரி செய்ய முடியும். வீட்டிலேயும் குழந்தைகளை அடிக்கத்தான் செய்கிறார்கள். பெற்றோர்களே ஆசிரியரிடம் 'ரெண்டு சாத்து சாத்துங்க சார், அப்பதான் இவன் வழிக்கு வருவான்" என்று சொல்கிறார்கள் இது இளைஞர்களை நம்பாத ஒரு சமுதாயம்; இளைஞர்களுக்கு எந்த உரிமைகளும் அளிக்காத ஒரு சமுதாயம். வாழ்க்கையின் அடிப்படையான திருமணத்தில் கூடத் தாங்கள் தேர்ந்து எடுத்துக் கொள்ளும் உரிமை கிடையாது. ஜாதியை மீறி விட்டால் எத்தனை ஆணவக் கொலைகள் நடக்கின்றன இந்த சமுதாயத்தில்! இளைஞர்களை மதிக்காத சமுதாயத்தில், உரிமையே அளிக்காத சமுதாயத்தில், பெண்களுக்கு உரிமையே இல்லாத ஒரு சமுதாயத்தில் குழந்தைகளை சிந்திக்க வைக்க வேண்டும். கேள்வி கேட்க வைக்க வேண்டும்; அனைத்தையும் கேள்வி கேட்க வேண்டும்; சமூகத்தைக் கேட்க வேண்டும்; ஆசிரியர்களைக் கேட்க வேண்டும். ஒருவருடன் ஒருவர் பழகுவதற்கான சமூக சூழலை உருவாக்க வேண்டும். வகுப்பறையில் பாடத்தில் சந்தேகம்

இருந்தாலும் கேள்வி கேட்க விடுவதில்லை. நான் *board* ல எழுதிப் போடுவேன்; அதை நீ உருப்போட்டு ஒப்புவிக்கணும். இந்தக் கல்வி அமைப்பில் இளைஞர்களை ஏமாற்றி விட்டோம்; *They have been betrayed.* அவர்களுக்கு முழுக்க நம்பிக்கை துரோகம் செய்து விட்டோம்.

இறுதியான கேள்வி: குழந்தைகள் குடிக்கிறார்கள். சின்ன வயசிலே மதுப்பழக்கத்திற்குப் போய்விடுகிறார்கள். இதையெல்லாம் அரசாங்கம் கட்டுப்படுத்தவேண்டும். சஸ்பெண்ட் பண்ணவேண்டும். இது போன்ற நிறைய பேச்சுக்கள் வந்து கொண்டுள்ளது. இதை எப்படிப் பார்க்கிறீர்கள்?

பதில்: ஒரு மாணவரை நீங்கள் சஸ்பெண்ட் செய்தால் அவரை *criminal* ஆக ஆக்கி விடுகிறீர்கள்.. வீட்டிலே அப்பா குடித்துவிட்டு வந்து அம்மாவை அடிக்கிறார். இதைப் பார்த்துத்தான் மாணவர்கள் வளர்கிறார்கள். அதுபோலவே குடிக்க வேண்டும் என்ற எண்ணம் எழுகின்றது. அவனுக்குத் தெரியும் குடிப்பது தவறு என்று. அவன் தெரியாமல் செய்யவில்லை. அந்த *temptation* முதலில் வரும்போது, அவன் யாரிடம் செல்வான்? அவனது நம்பிக்கைக்குப் பாத்திரமான ஒரு வயதில் பெரியவரிடம் போய், 'அப்பா குடிக்கிராரு; என் *friends* குடிக்கிறாங்க; எனக்கும் குடிக்கணும் போல இருக்கு.' எல்லா தடுமாற்றங்களிலுமே அப்படி ஒரு காலக் கட்டம் இருக்கும். அப்போ அவனுக்குச் சொல்லணும். 'வேண்டாம்பா, உன் வாழ்க்கையே நாசமாகிடும்' அப்படின்னு சொல்றதுக்கு ஒருவர் வேணும். நான் முதலில் கூறியது தான். இதுபோன்ற பிரச்சினைகள் வரும்பொழுது, ஆலோசனைகள் வழங்க ஆசிரியர்களால் தான் முடியும்.

இன்னொன்று, இத்தகைய செயல்களில் ஈடுபடும் மாணவர்களை வேறு ஏதாவது ஒரு விஷயத்தில் ஈடுபட ஆர்வத்தைத் தூண்ட வேண்டும். அரசுப் பள்ளி மாணவர்கள் பெரும்பாலும் விளையாட்டுகளில் மிகச் சிறப்பாக இருப்பார்கள். அவர்களுடைய *physical fitness, physical strength* மிக அதிகமாக இருக்கும். உடல் உழைப்பில் ஈடுபடும் சாதிகளிலிருந்து வந்தவர்கள் மிகச் சிறந்த உடல் கட்டமைப்புக் கொண்டவர்களாக இருப்பார்கள். அப்படிப்பட்ட மாணவர்களை எந்த விளையாட்டில் ஈடுபடுத்தலாம் என்பதைக் கண்டறிந்து அவர்களை ஈடுபடுத்த வேண்டும். அதற்கு வேண்டிய வசதிகளைப் பள்ளிகளில் செய்துதர வேண்டும். அதில் சிறப்பாக இருந்தால், மேலே போவதற்கு வசதிகள் செய்துதர வேண்டும். அது

மட்டுமல்ல சமுதாயத்தில் பொறுப்புடன் ஏற்றுக்கொள்ளக்கூடிய ஆய்வுகளையும், உதவிகளையும் இந்த மாணவர்களிடம் அளித்தால் மிகச் சிறப்பாக செய்வார்கள். என்.சி.சி. (NCC) என்.எஸ்.எஸ். (N.S.S.) சோஷியல் சர்வீஸ் இதுபோன்ற பல்வேறு செயல்பாடுகளில் மாணவர்களை ஈடுபடுத்தலாம். தற்பொழுது migrant labourers வந்து கொண்டே இருக்கின்றனர். அது போன்று வரும் தொழிலாளர்களின் குழந்தைகளைப் பள்ளியில் சேர்க்க முடியுமா என்பது போன்ற பல்வேறு projects, செயல்திட்டங்களை இத்தகைய மாணவர்களிடம் கொடுக்க வேண்டும். தங்களைப் போல் பாதிக்கப்பட்டக் குழந்தைகளிடம் பேசி அதற்கான தீர்வை கொடுக்கச் சொன்னால் மிகச் சிறப்பாகச் செய்வார்கள்.

படிப்பு படிப்பு என்று இல்லாமல் மாலை நேரங்களில் வாரத்தில் மூன்று நாளாவது ஒவ்வொரு ஆசிரியரும் நான்கு மணிக்கு மேல் பள்ளியிலிருந்து சிறு சிறு குழுவினராக மாணவர்களை அழைத்து அவர்களிடம் பேச வேண்டும். அவர்களைப் பேச விட வேண்டும். ஆசிரியர் ஒரு நல்ல listener ஆக இருக்க வேண்டும். நீங்கள் சொல்வதை மட்டுமே கேட்க வேண்டும் என்று இல்லாமல், அவர்களின் பேச்சைக் கேட்பவராக இருக்க வேண்டும். ஒருவரிடம் ஒருவர் பேசவேண்டும் உங்கள் முன்னிலையில் பேச வேண்டும். அதுபோன்று வாரத்தில் மூன்று நாட்கள் இருக்க வேண்டும். அதற்கு ஒவ்வொரு ஆசிரியரும் நேரத்தை ஒதுக்க வேண்டும்.

இதற்கு ஆசிரியருக்கு கவுன்சிலிங் பயிற்சி முடிந்தால் கொடுக்கலாம். எல்லாரும் முன்வரமாட்டார்கள். சில ஆசிரியர்கள் மட்டுமே முன்வருவார்கள். எனவே தனிப்பட்ட பயிற்சிகள் கொடுக்கலாம். நான் மனோன்மணியம் பல்கலைக் கழகத்தின் துணைவேந்தராக ஆன பொழுது முதலில் செய்த வேலை, ஒவ்வொரு கல்லூரியிலும் மாணவர்களிடம் நெருங்கிப் பழகக்கூடிய பேராசிரியர்களை அழைத்து மூன்று கட்டமாக உளவியல் வல்லுநர்கள் கொண்டு பயிற்சிகள் அளித்தோம். அதன்பிறகு ஒவ்வொரு கல்லூரியிலும் சென்று கவுன்சிலராக இருக்க வேண்டும். சில கல்லூரிகளில் சிறப்பாக செய்தார்கள். சிலர் சிறிதளவு செய்தனர். சிலர் கண்டுகொள்ளவே இல்லை. இதுபோன்று ஒவ்வொரு பள்ளியில் இருந்து இரண்டு ஆசிரியர்களை அழைத்து அவர்களுக்குப் பயிற்சி கொடுத்து ஆலோசனை கொடுப்பதைப் பற்றி அவர்களுக்குக் கூறலாம். இதைத்தான் செய்ய வேண்டும் என்று நினைக்கிறேன்.

13

கோடை விடுமுறையை ஆசிரியர்கள் எப்படி பயனுள்ளதாக மாற்றிக் கொள்வது?

குழந்தைகள், இளைஞருடனான வாழ்க்கை வரம் பெற்ற ஆசிரியருக்கு ஆயிரம் பணிகள் காத்திருக்கின்றன.

வகுப்பறையின் மூச்சு முட்டும் சூழலில் செய்யத் தவறிய கல்வியின் ஆதாரங்கள், புரிந்து, தெளிந்து, கேள்வி கேட்டு, வாழ்வில், சூழலில் பொருத்திப் பார்த்து, ஆனந்தமாகக் கற்க வேண்டிய கல்வியா நாம் வகுப்பறையில் கற்பிப்பது? ஆன்மாவைத் தொலைத்த கல்வி அல்லவா அது? பிராயச்சித்தம் தேடும் நேரம் இது.

ஒரு பிரச்சனை. ஆசிரியர் எங்கு இந்த ஆதாரத்திற்கு அடி கோலுவர்? அவர்கள் பணி புரியும் பள்ளிகளுக்கும், அவர்கள் வாழிடங்களுக்கும் காத தூரம். 4 மணிக்குப் பள்ளியை விட்டு ஓடும் ஆசிரியர், தங்கள் மாணவர் வசிக்கும் சுற்றிலுமுள்ள தெருக்களில் காலடி எடுத்து வைத்திராத ஆசிரியர்கள் விடுமுறையில் அவர்களைத் தேடிச் செல்வர் என்பது பகல் கனவுதான்.

அதற்கு பதிலாக அவர்கள் வீடுகளுக்கு அருகில் வசிக்கும், மற்ற அரசுப் பள்ளிகளைச் சேர்ந்த மாணவருடன் ஒரு உறவை வளர்த்துக் கொள்ளலாம். அவர்களுக்குக் கற்பிக்கலாம். அந்தக் குழந்தைகள் ஆசிரியருடன் ஒட்டிக் கொள்வார்கள்.

தமிழ் நாட்டுப் பள்ளிகளில் மாணவர் கற்றல் திறனடைதல் மிகவும் தாழ்ந்து கிடக்கிறது. புதிய கற்பித்தல் முறைகளை, மாணவர் மகிழ்ச்சியாகக் கற்கும் முறைகளைப் பரீட்சாத்தமாகவாவது முயற்சித்துப் பார்க்கலாம். பின்பு தங்கள் வகுப்பறைகளுக்கும் கொண்டு செய்ய முயலலாம்.

நம் மாணவர் வாசிப்புத் திறனோ, வாசிக்கும் பழக்கமோ அற்றவர்கள். பாடப் புத்தகம் தவிர வேறு எந்தப் புத்தகத்தையும் தொட்டு அறியாதவர்கள். அவர்களிடம், அவர்களது வயதுக்கும்,

திறனுக்கும் தகுந்த புத்தகங்களைக் கொடுத்து, ஒரு வாசிப்பு இயக்கத்தையே வளர்க்கலாம்.

மிக முக்கியமாக, 10 வயதிற்கு மேலான வளர் இளம் பருவத்தினர் (adolescents) இன்றைய புதிய அனாதைகள். ‘போக்கிரிகள்’, ‘உதவாக்கரைகள்’ ‘வன்முறையாளர்கள்’ என்று கரித்துக் கொட்டப்படுபவர்கள். அன்புக்கும், புரிதலுக்கும், ஆதரவிற்கும் ஏங்குபவர்கள்.

இந்தப் பருவத்தினரை, தங்கள் பள்ளியோ, அருகமையில் வசிப்பவரோ, உங்களை அணுகிப் பேச வாய்ப்பளியுங்கள். உங்கள் தொலை பேசி எண்ணைக் கொடுங்கள். தங்கள் இயலாமைகளை, தவிப்புகளைக் கொட்டித் தீர்த்து விடுவார்கள். அது போதும்; வேறு எதுவும் செய்ய வேண்டாம். ஒரு புதிய உலகின் கதவுகள் திறக்கும். ஒரு பிறவி உங்களுக்குப் போதாது.

14

தமிழ் காக்க... தமிழகம் காக்க

தமிழ் காக்க... தமிழகம் காக்க
தமிழ் காக்க... தமிழகம் காக்க
தமிழர்களே ஒன்றுபடுவீர்!

என்ற முழக்கத்துடன் தமிழ் மக்களை நாடி வருகிறது தமிழக மக்கள் ஒற்றுமை மேடை.

யாரிடமிருந்து தமிழ் மக்களைக் காக்க இந்த இயக்கம்?

இந்தியாவில் தலை விரித்தாடும் கோர சக்திகள், மதவாத, இந்துத்துவ, பிளவு சக்திகள்... இவை இன்று தமிழ் மண்ணை, தமிழ் மக்களைக் குறிவைத்து, தங்கள் வியூகங்களை வகுத்துக் கொண்டிருக்கின்றன. பி.ஜே.பி, ஆர்.எஸ்.எஸ். போன்றவை... தமிழ் பண்பாடு, தமிழ் மொழி, தமிழர் வாழ்க்கை முறை, தமிழர் மதம், அனைத்தையும் சிதைத்து, சீரழிக்கும் முயற்சியில் தீவிரமாக இறங்கி இருக்கின்றன.

நாம் நினைவில் கவனமாகக் கொள்ள வேண்டியது என்னவெனில், இந்துத்துவம் என்பது இந்து மேல் சாதியினரின் ஆதிக்கத்தை நிலை நாட்ட உருவாக்கப் பட்டிருக்கும் சித்தாந்தம். இதில் பெரும் இழப்புகளுக்கு உள்ளாக்கப் படுபவர், பலி இடப்படுபவர், இஸ்லாமியர், கிறிஸ்துவர்கள் மட்டுமல்ல. இந்துக்களில் 80% க்கும் மேற்பட்டவரும் தவிப்பில் தள்ளப்பட்டிருக்கின்றனர்.

இந்திய உப கண்டத்தில் வாழ்ந்த, வாழும் மக்களிடம் வரலாறு முழுவதும், இன்று வரை இருக்கும் அடிப்படைப் பிரிவு சாதிதான்; மதமல்ல.

'இந்து' என்ற சொல்லே, ஒரு இரு நூற்றாண்டுகளுக்கு முன் பயன்படுத்தப்பட்டதில்லை. 'சனாதனம்', 'பிராமணியம்', 'வர்ணாசிரமம்' என்ற சொற்கள்தான் பயன்படுத்தப்பட்டன.

சனாதனிகள் சாதிய அமைப்பின் வழிதான் மேல் சாதியினரின் ஆதிக்கத்தை நிறுவினர். இந்து சாதி அமைப்புதான் உலக வரலாற்றிலேயே நீண்ட நெடும் காலம், ஆயிரம் ஆண்டுகளுக்கு மேலாக நீடித்திருக்கும் கொடிய ஆதிக்க அமைப்பு. இந்து சமுதாய அமைப்பின் இரு தூண்கள் சாதியமும், பெண்ணடிமையும். இவை இரண்டும் இல்லாமல் இந்து சமுதாயம் இருந்ததே இல்லை. அந்த சாதியமும் ஆயிரம் படி நிலைகளைக் கொண்ட ஏணிப் படி. ஒவ்வொரு சாதிக்கும் மேலே சாதிகள், கீழே சாதிகள். இதைத்தான் அண்ணல் அம்பேத்கர் அவர்கள், '*graded inequality*', சாதியப் படி நிலை என்றார். இதில் அனைவரையும் ஒன்றாக இணைத்த இந்து என்ற மத அமைப்பே கிடையாது.

இன்று மத சிறுபான்மையினரை ஒடுக்குவதற்காக, அவர்களுக்கு எதிராக மற்ற அனைவரையும் திருப்புவதற்காக, 'இந்து' என்ற ஒரு ராட்சதப் போர்வையைக் கற்பிதம் செய்து, அனைத்து சாதியினரையும், குறிப்பாக, கீழே இருக்கும் சாதியினர் என்று கருதப்படும் அனைவரையும் அதற்குள் அடைக்கப் பார்க்கிறார்கள்.

தமிழர்களுக்குக் கடவுள்கள் உண்டு, தெய்வங்கள் உண்டு. சொல்லப் போனால், ஆயிரமாயிரம் கடவுள்கள் உண்டு. ஒவ்வொரு குலத்துக்குமான குலதெய்வங்கள், ஒவ்வொரு கிராமத்திற்குமான கிராம தெய்வங்கள். அகால மரணமடைந்த பெண்கள் தெய்வங்களாக்கப்பட்டனர். ஒவ்வொன்றிற்குமான சடங்குகள். பலியிடப்படும் கோழிகள், ஆடுகள், மாடுகள். ஆனால், அனைத்தும் தனித்தனி வழிபாட்டு முறைகள். ஒன்றிணைந்த இந்து என்ற மதமல்ல.

இந்த தெய்வங்கள் ஒவ்வொரு பிரிவினருக்கும் உரியவையாயினும், மற்ற எவரும் இவர்களை வழிபடலாம். அதே போன்றதுதான். இஸ்லாமியர்களின் வழிபாட்டுத் தலங்களுக்கும், தர்காக்களுக்கும், மசூதிகளுக்கும், கிறிஸ்துவ தேவாலயங்களுக்கும் செல்வதும். தமிழ் மக்களில் இந்துக்கள் என்று இன்று அறியப்படுபவர்கள் ஏராளமானோர் வேளாங்கன்னிக்கும், நாகூர் தர்காவிற்கும் செல்கின்றனர்.

அவரவர் ஊர்களில் நடக்கும் ஒரு மதத் திருவிழாக்களில் ஊர் முழுதும், அனைத்து மதத்தினரும் கலந்து கொள்வர். கந்தூரித் திருவிழாக்கள் இத்தகயவை.

அதுமட்டுமல்ல ஒரே குடும்பத்தில் சிலர் இந்துக்களாகவும், சிலர் கிறிஸ்துவர்களாகவும் இருப்பதும் உண்டு. இது ஏதோ மதம் தாண்டி செய்துகொண்ட காதல் திருமணங்கள் அல்ல. பெரியவர்கள் பார்த்து செய்து வைத்தத் திருமணங்கள்தான். ஆனால், ஒரு சாதிக்குள் நடப்பவை. தாண்டப்படக்கூடாதது சாதிதான்; மதமல்ல. ஒரு தலைமுறைக்கு முன் கன்னியாகுமாரி மாவட்டத்தில் சர்வ சகஜமாக நடந்து கொண்டிருந்தன.

தமிழ் நாட்டில் இந்துக்களும், இஸ்லாமியர்களும், கிறிஸ்துவர்களும், ஒருவர் வீட்டுக்கு மற்றவர் செல்வதும், ஒன்றாக சாப்பிடுவதும் இயல்பாக நடப்பது.

இத்தகைய தமிழ் சமுதாயத்தில் இன்று மதப் பிரிவினைகளும், துவேஷங்களும் திட்டமிட்டு, விதைக்கப்படுகின்றன.

தமிழ் கடவுள்களை அபகரிக்கும் முயற்சிகள் நடக்கின்றன. திடீரென்று முருகனுக்கு சொந்தம் கொண்டாடுகிறார்கள். முருகனுக்கும், இந்து மேல் சாதியினருக்கும் என்ன தொடர்பு என்று தெரியவில்லை. முருகன் தமிழ் கடவுள்; குறிஞ்சி தெய்வம். அவன் கை வேல் குறிஞ்சி நில மக்களின் வாழ்வாகிய வேட்டைக் கருவி. அதைக் கையில் எடுத்துக் கொண்டு, “வெற்றி வேல், வீர வேல்” என்று கூப்பாடு போடுகிறார்கள்.

இந்துத்துவவாதிகள் மத சிறுபான்மையினரின் மேல் துவேஷத்தைத் தூவுவதற்கு, அவர்களை, இன் நாட்டினர் அல்லர், வந்தேறிகள் என்று சித்தரிக்கிறார்கள். அவர்கள் எப்படி வந்தேறிகள் ஆனார்கள்? கிறிஸ்துவர்களும், இஸ்லாமியரும் இம் மண்ணின் மைந்தர்கள். அவர்களில் மிகப் பெரும்பாலோர் இந்து சமுதாயத்தின் கேவலமான சாதிய அமைப்பில் மனிதமே மறுக்கப்பட்டு, கொடிய அடக்குமுறைக்கு உள்ளானவர்கள். அந்தக் கொடூரங்களிலிருந்து தப்புவதற்குத்தான் மதம் மாறியவர்கள். ஆனால், நமது மண்ணுக்கும், மரபுக்கும், மொழிக்கும், இந்துக்களுக்கு இணையான சொந்தமும், பந்தமும் உடையவர்கள்.

தமிழ் திராவிட மொழி. இவர்கள் கொண்டாடும் சமஸ்கிருதம் ஆரிய மொழி. தமிழர் நாகரிகம் திராவிட நாகரிகம், சிந்து சமவெளியின் மகோன்னத தொன்மை நாகரிகம், கீழடியில் தொடர்ந்த நகர, நாகரிகம். அவற்றின் வாரிசுகள் நாம். சிந்து சமவெளி நாகரீகம், *Pre-Aryan, Non-Aryan,* ஆரியர் வருகைக்கு முற்பட்டது, ஆரியமல்லாதது என்று நவீன ஆராய்ச்சி சந்தேகத்திற்கு இடமின்றி,

நிரூபித்திருக்கிறது. பல இனங்களின் கலவையான இந்திய மக்களில், இறுதியாக, ஏறத்தாழ கி.மு. 1500களில் வந்தவர் ஆரியர், மேல் சாதி இந்துக்கள். இன்று நம் மொழிக்கும், நாகரிகத்திற்கும் பெரும் அச்சுறுத்தல் ஏற்பட்டிருக்கிறது.

இந்திய உப கண்டத்தில் இன்று வாழும் மக்கள் அனைவருமே ஒரு வகையில் வந்தேறிகள்தான். சொல்லப் போனால், உலகின் அனைத்து மக்கள் சமுதாயங்களுமே அவரவர் பகுதிகளுக்கு வந்தேறியவர்கள்தான், ஆப்பிரிக்கக் கண்டத்தினர் தவிர. இன்று வளர்ந்திருக்கும் அறிவியல், *Population genetics* என்று பெயரிடப்பட்ட, ஆதி மனிதன் தொடர்பான அறிவியல், மானுடவியல் இதைத்தான் நிரூபித்திருக்கிறது.

தமிழ் உதாசீனம் செய்யப்படுகிறது. சமஸ்கிருதத்திற்கு அனைத்து முக்கியத்துவமும் அளிக்கப்படுகிறது. பா.ஜ.க. அரசு கடந்த மூன்றாண்டுகளில் சமஸ்கிருத வளர்ச்சிக்கு 643 கோடி நிதியை வாரி வழங்கியுள்ளது. இது செம்மொழி தமிழுக்கு ஒதுக்கிய நிதியை விட 30 மடங்கு அதிகம். மத்திய அரசின் ஆணைகளெல்லாம் இந்தியில்தான் அனுப்பப்படுகின்றன.

மற்றொரு முக்கிய பரிமாணத்திற்கு வருவோம். இன்று இந்துத்துவவாதிகள் அனைத்து சாதியினரையும், குறிப்பாக அடிமட்டத்தில் ஒடுக்கப்பட்ட தலித்துகளையும், இந்து என்று நாமதேயம் செய்கின்றார்களே! அப்படி என்றால், ஒடுக்கப்பட்டோர், பிற்படுத்தப் பட்டோர் அனைவருக்கும் சமமான வாய்ப்புகளையும், காலம்காலமாக உருவாக்கப்பட்டிருக்கும் பெரும் இடை வெளியைக் குறைக்கும் திட்டங்களுக்கும் முன்னுரிமை கொடுக்கிறார்களா?

உண்மையைச் சொல்லப் போனால், அரசியல் சாசனமும், பல ஆண்டுப் போராட்டங்களும் பெற்றுக் கொடுத்திருக்கும் சில உரிமைகளையும் பறிக்கும் போக்குதான் இன்றைய பா.ஜ.க. அரசு கடைபிடிக்கிறது. இந்த அரசு இட ஒதுக்கீட்டின் எதிரி என்பது பல முறை வெளிச்சமாகி இருக்கிறது. இது கொண்டு வந்திருக்கும் புதிய கல்விக் கொள்கையில் இட ஒதுக்கீடு என்ற சொல்லே இல்லை. காலங்காலமாக கல்வி மறுக்கப்பட்டவர்கள் மேலெழ வேண்டுமென்றால், சட்டத்தினால் உறுதி செய்யப்பட்ட இட ஒதுக்கீட்டின் வழியினால்தான் ஓரளவேனும் இயலும். அந்தக் கல்விக் கொள்கையில் எஸ்.சி. எஸ்.டி, பி..சி. போன்ற சொற்களே இடம் பெறவில்லை. கொள்கை முழுவதும் ஒடுக்கப்பட்டோருக்கு

எதிரானது. இவ்வாறு உரிமைகளும், வாய்ப்புகளும் மறுக்கப்படுபவர் யார்? 90% இந்துக்கள். இந்த இந்துத்துவவாதிகள் எப்படி இந்துக்களைக் காப்பாற்றுபவர் என்று நம்புவது?

இன்றைய இந்துத்துவ மத்திய அரசின் ஏராளமான மக்கள் விரோதக் கொள்கைகளால் பாதிக்கப்படுவோர் இந் நாட்டின் 88% ஆன இந்துக்களே. வேளாண் சட்டங்களோ, பண மதிப்பு இழப்போ, லட்சக்கணக்கான புலம் பெயர்ந்தோரை அனாதைகளாக்கி, விரட்டி அடித்ததோ, பெரும் முதலாளிகளின் கைகளில் நாட்டின் மனித, இயற்கை வளங்களைத் தாரை வார்ப்பதோ, நீட் போன்ற தேர்வுகளினால், ஏராளமான தமிழ் நாட்டு இளைஞர்களின் வாழ்வைப் பறித்ததோ..... அனைத்தின் கர்த்தாக்கள், இந்துக்களின், தமிழ் மக்களின் வாழ்வைத் தட்டிப் பறித்து விட்டு, இருள்மயமாக்கி விட்டு, நாங்கள் இந்துக்களின் பாதுகாவலர்கள் என்று பறைசாற்றுவது எத்தனை ஏமாற்று வேலை என்பதைத் தமிழ் மக்கள் புரிந்து கொள்ள வேண்டும்.

ஆகவே, தமிழ் காக்க, தமிழகம் காக்க அனைவரும் ஒன்றுபடுவோம்.

15
நாங்குனேரி கொடூரத்தை முன்வைத்து

(தமிழக அரசு, பள்ளிகளில் சாதி வன்முறை பிரச்சனையைத் தீர்ப்பதற்கான பரிந்துரைகளை அளிக்க உருவாக்கிய நீதியரசர் சந்துரு கமிஷனுக்கு அளித்தது.)

(நீண்ட கால தீர்விற்கான பரிந்துரைகள். நாங்குனேரியில் நிகழ்ந்த குறிப்பிட்டக் கொடூரம் குறித்தது அல்ல.)

தமிழ் நாட்டில் தலை விரித்தாடும் சாதியம் வெறியாகி, பட்டியலின மக்கள் மேல் வன்முறையாகப் பாய்கிறது. இதற்கு சமீபத்தில் நாங்குனேரியில் நடை பெற்ற தாக்குதல் அத்தாட்சியாக நிற்கிறது. இந்த விபரீதம் ஆதிக்க சாதிப் பள்ளி மாணவரால் தங்கள் பள்ளி பட்டியலின மாணவர் மீதே பாய்ந்து, இன்று தமிழ் நாட்டையே உலுக்கி இருக்கிறது.

இந்த ஆயிரங்கால சாதிய வன்மத்திற்கு, குறிப்பாக, கல்வி நிறுவனங்களில் வளரும் சாதியத்திற்குத் தீர்வு எங்கு தேடுவது? பல பரிமாணங்கள் கொண்ட, ஆழ வேர் விட்டிருக்கும் சாதியத்திற்கு தீர்வு காண்பது எளிதல்ல. ஆனால், பள்ளிகளில் பெரும் சவாலாகி இருக்கும் இப் பிரச்சனையை எவ்வாறு எதிர் கொள்வது என்பது சமூகம் முழுதும், குறிப்பாக கல்வி சார்ந்த அனைத்துப் பொறுப்பிலும் இருப்பவர்கள் ஆழ்ந்து சிந்திக்க வேண்டிய கடமை.

பள்ளிகள் ஏதும் செய்ய இயலாது. பெற்றோரும், சமூகமும், அரசும்தான் பொறுப்பு ஏற்க வேண்டும் என்பது ஏற்றுக் கொள்ள இயலாது. சாதியத்தைக் காலம் காலமாக ஊட்டி வளர்ப்பது பெற்றோர், குடும்பம், சமுதாயம் ஆகியவைதான். ஆகவே, அவற்றிலிருந்து தீர்வு பிறக்கும் என்பது யதார்த்தத்திற்கு முரணானது.

வளர் இளம் பருவ மாணவரிடையேதான் இந்த வெறி வெளிப்படுகிறது. இவர்கள் 6 வயதில் பள்ளியில் சேர்ந்து, 18 வயது வரை, தங்கள் வாழ்வின் பெரும் பகுதியைப் பள்ளிகளில்தான் கழிக்கிறார்கள். அவர்களை, அவர்கள் வாழ்வை, வாழ் நெறிகளை

உருவாக்குவதில் பள்ளிகளுக்கு, கற்பிக்கப்படும் கல்வியின் தன்மைக்கு, உள்ளடக்கத்திற்கு, கற்பித்தல் முறைகளுக்கு, ஆசிரியருக்கு எந்தப் பொறுப்பும் இல்லையா?

முதல் கட்டம் பாடத் திட்டத்திலும், கற்பிக்கும் முறைகளிலும் பெரும் மாற்றம் தேவை. சமூக அறிவியலின் உள்ளடக்கம் குறித்த விவாதங்களை நம் உறுப்பினர் தொடங்க வேண்டும். சாதியத்தின் கொடூரங்கக‌ளை முன் நிறுத்தி இவை வடிவமைக்கப்பட வேண்டும். இதில் சமூக அறிவியல் கற்பிக்கும் ஆசிரியர் மட்டுமல்ல; மற்ற எந்தப் பாட ஆசிரியரும் இந்த முயற்சியில் இணையலாம்.

சில மாதங்களுக்கு முன் பள்ளிக் கல்வித் துறையில் இத்தகைய முன்னெடுப்பு தொடங்கப்பட்டது. அப்பொழுது பள்ளிக் கல்வித் துறையில் Special Project Director ஆக இருந்த திரு. சுதன், இ.ஆ.ப., அவர்கள் இந்தப் பெரும் திட்டத்தைத் தொடங்கினார். 'Rethinking Social Sciences' என்பது அந்தத் திட்டம். இதை வடிவமைத்து, பயிற்சி அளிக்கும் பொறுப்பு எழுத்தாளர், சமூக சிந்தனையாளர் வ.கீதா அவர்களிடம் அளிக்கப்பட்டது. பல கட்டப் பயிற்சிகள் நடந்துள்ளன. இதில் இணைய விரும்பும் ஆசிரியர் இதில் பங்கேற்றனர். பல கட்டங்களில் பலர் விலகிவிட்டு, இறுதியில் 11 ஆசிரியர் தொடர்ந்து இருக்கின்றனர். இதுவரை புவியியல், வரலாறு இரு பாடங்களுக்கான பயிலரங்கங்கள் பல கட்டமாக நடந்திருக்கின்றன. அடுத்து, civics தொடங்கப் போகிறது. ஒவ்வொருவரும் தனித்துவமான projects தேர்ந்தெடுத்து, மாணவர்களை இணைத்து நடத்தும் முயற்சியை மேற்கொண்டுள்ளனர்.

இத்தகைய பயிற்சி தமிழ் நாட்டின் அனைத்துப் பள்ளி ஆசிரியருக்கும் அளிக்கப்பட வேண்டும். அவற்றின் அடிப்படையில் பாடத் திட்டங்களும், கற்பித்தல் முறைகளும் முற்றிலும் மாற்றி அமைக்கப்பட வேண்டும்.

அடுத்து, நம் ஆசிரியர் அனைவரும், அவரவர் பள்ளிகளில் மாணவரிடையே சாதியப் பிரிவுகளைக் கடந்து, ஒன்றிணைக்கும் முயற்சிகளில் ஈடுபட வேண்டும். தங்கள் மாணவரை சிறு குழுக்களாகப் பிரிக்க வேண்டும்; பத்து பேர் கொண்ட குழுக்கள்; ஒவ்வொரு குழுவிலும் ஐந்து பட்டியலின மாணவர், ஐந்து அப் பகுதி ஆதிக்க சாதி மாணவரை சேர்க்க வேண்டும். அவர்களிடம் உரையாடலைத் தொடங்க வேண்டும். வாரம் ஒரு முறை அதற்கான நேரத்தை அமைத்துக் கொள்ள வேண்டும். பள்ளி

முடிந்து, 4 மணிக்கு மேல்தான் இயலும். அதெல்லாம் முடியாது என்ற வாதங்கள் ஏற்கப்படக் கூடாது. பள்ளியில் ஒற்றுமையும், அடிப்படை சமுதாய ஒற்றுமையும், அக்கறையும், பற்றி எரியும் நெருப்பை அணைக்க வேண்டும் என்ற தவிப்பும் கல்வி அமைப்புக்கும், ஆசிரியர் சமுதாயத்திற்கும் இருக்க வேண்டும். இல்லாவிட்டால், அரசின் வற்புறுத்தலும், சமூகக் கண்காணிப்பும் பல வகைகளில் அதைக் கொண்டு வர வேண்டும்..

அந்த மாணவர்களிடம் தொடர்ந்த உரையாடலை நடத்த வேண்டும்; மனம் விட்டு அவர்களிடம் பேச வேண்டும். விழிப்புணர்வை உருவாக்கும் பாடல்கள், நாடகம், தேர்ந்தெடுக்க வேண்டும்; திரைப்படங்களையும் பள்ளி முழுதுமே திரையிட வேண்டும்.

இவ்வாறு பயிற்சி பெற்ற மாணவர், ஆசிரியர் தலைமையில் இரு வாரங்களுக்கு ஒரு முறை அவர்கள் வசிக்கும் கிராமங்கள்/ குடியிருப்புகள்/ நகர்ப்புறங்களில் விழிப்புணர்வு நிகழ்ச்சிகளை நடத்த வேண்டும். கலைஞர், திரைப்படக் கலைஞர் போன்றவரை அவ்வப் பொழுது அழைக்கலாம். ஊர் மக்கள் அனைவரையும் இணைக்கலாம்.

அரசுப் பள்ளிகளில் வளரிளம் பருவத்தினரில் பெரும் பகுதியினர் அவர்கள் வகுப்பிற்குறிய கற்றல் திறனை அடையாமல், மிகவும் பின் தங்கி இருப்பவர். இவர்கள்தான் பெரும்பாலும் பல வகைப்பட்ட வன்முறைகளிலும், சாதி வெறியிலும், போதைப் பொருள் பழக்கம் போன்ற சுய அழிவுகளிலும் ஈடுபடுபவர். முதலில் பள்ளிகளின் அடிப்படைப் பணியான, வகுப்பிற்குறிய திறன்களை ஒவ்வொரு மாணவரும் அடையும் முயற்சியை, எந்த சமரசமும் இன்றி, மேற்கொள்ள வேண்டும். *Remedial teaching* என்பதே அரசுப் பள்ளிகள் அறியாதவை. ஒரு வகுப்பின் அனைத்து மாணவரையும் ஒன்றாக உட்கார வைத்து, *black board* இல் எழுதி, மனப்பாடம் செய்ய வைப்பது கற்பித்தல் அல்ல; பின் தங்கிய மாணவருக்குத் தனி கவனம் செலுத்தி, அவர்கள் அனைத்துத் திறன்களைப் பெற வைக்க வேண்டும்.

அரசுப் பள்ளி மாணவர் அடித்தட்டினர். அவர்களது பெற்றோர் அவர்களின் வளர்ச்சியில் கவனம் செலுத்தக் கூடியவர் அல்ல. அதிலும் சாதியப் பிரச்சனையில் பெற்றோர்தான் வித்திடுபவர்களே. மாணவர் முதல் தலைமுறை கல்வி கற்பவர். அவர்களுக்குப் பள்ளிகளும், ஆசிரியரும் கூடுதல் கவனம் செலுத்த

வேண்டும். அரசுப் பள்ளி ஆசிரியர்களுக்கு நிரந்தரப் பணி, உயர்ந்த ஊதியம் இவையெல்லாம் சமுதாயத்தின் கடைக் கோடி மாண வரின் துயர் துடைத்து, விடியலை நோக்கிய பயணத்துக்குத்தான்.

ஆசிரியர் குறித்த நேரத்திற்கு பள்ளிகளுக்கு வருவதும், பள்ளி நேரம் முழுவதுமாவது பள்ளிகளில் இருந்து கற்பிப்பதும் கூட இன்று பல பள்ளிகளில், மலைப் பகுதி, ஒதுங்கிய பகுதிப் பள்ளிகள் போன்றவற்றில் இல்லை என்று கேள்விப்படுகிறோம். கொரானாவுக்கு முன்னால் இருந்த சில *safeguards* கூட இன்று இல்லை என்று கேள்விப்படுகிறோம். குறிப்பாக அன்று இருந்த *Biometric system*, ஆசிரியர் கைரேகை ஒரு நாளில், பள்ளிக்கு வந்தவுடன், பள்ளியில் இரு மணி நேரத்திற்கு ஒரு முறை, பள்ளி முடியும் நேரம், பதிப்பது என்பதெல்லாம் குறைந்தபட்ச *safeguards*. அவை மீண்டும் கொண்டு வரப்பட்டு கண் காணிக்கப்பட வேண்டும். தங்கள் கற்பித்தல் பணியை திறம்பட செய்யாத ஆசிரியர் உள்ள பள்ளிகளில் மாணவர் அனைத்து வகைப்பட்ட வன்முறைகளில், சாதிய வெறித் தாக்குதல்களிலும் ஈடுபடுவது தடுக்க இயலாது.

ஆசிரியரிடம் சாதி உணர்வுகள், பாகுபாடுகள் பல இடங்களில் நிலவுவதாகக் கேள்விபடுகிறோம். அவ்வாறு இருப்பதாகத் தெரிந்தால், அத்தகைய ஆசிரியர் மீது கடுமையான நடவடிக்கை எடுக்கப்பட வேண்டும்.

மாணவர் பேரவை: மாணவர் பேரவை அனைத்துப் பள்ளிகளிலும் நிறுவப்பட வேண்டும். இந்தப் பிரச்சனையைக் கையாளுவதற்கு மட்டுமல்ல. ஜனநாயகம் மாணவப் பருவத்திலிருந்து பழக வேண்டும். அனைத்து மாணவரும் ஓட்டு உரிமை கொண்ட தேர்தல் மூலம் அமைக்கப்படும் பேரவை பள்ளிகளின் அனைத்துப் பொறுப்புகளையும் ஏற்க வேண்டும். பேரவையின் முக்கிய பதவிகள், தலைவர், செயலர், உப தலைவர் மூன்றும் பொதுப் பிரிவினர் (*general category*), பட்டியலின மாணவர், பெண்கள், மூன்று பிரிவினருக்கு ஒதுக்கப்பட வேண்டும். ஆண்டு தோறும் இது *Rotation* இல் மாற்றப்பட வேண்டும்.

மாணவர் பேரவை சாதிய சவாலை எதிர் கொள்வதற்கு மட்டுமல்ல. வளர் இளம் பருவத்தினரின் பிரச்சனை உலகம் முழுதும் எதிர் கொள்வதுதான். அதை சந்திப்பதற்கு முக்கிய வழி அவர்களுக்குப் பொறுப்பு அளிப்பதுதான் என்பது நிரூபிக்கப்பட்ட ஒன்று. சாதியத்தை வென்று எழவும் இதுவே உதவும்.

அனைத்திலும் முதன்மையானது ஆசிரியர்- மாணவர் உறவு நெருங்கியதாக, மாணவரிடம் அன்பும், பரிவும், புரிதலும் கொண்டவராக, மாணவர் அவர்களை நெருங்கி, மனம் விட்டுப் பேசி, தங்கள் பிரச்சனைகளைப் பகிர்ந்து கொள்பவர்களாக இருக்க வேண்டும். இன்றைய அரசுப் பள்ளி ஆசிரியருக்கும் மாணவர் வாழும் குடியிருப்புகளுக்கும் எந்தத் தொடர்பும் இல்லை. முழுமையாக அந்நியப்பட்டுக் கிடக்கின்றனர். அரசுப் பள்ளி ஆசிரியர் நகரங்களில் வாழ்பவர். அரசுப் பள்ளி மாணவர் சமுதாயத்தின் அடித் தட்டினர். பெற்றோர் அடிப்படைக் கல்வி மட்டுமே பெற்றவர். பெரும்பாலோனோர் அன்றாடக் கூலி வேலை செய்பவர். அந்த மாணவரிடம் ஆசிரியர் பரிவும், பொறுப்பும், மனிதாபிமானமும் உடையவராக இருக்க வேண்டும். சாதியம் உட்கொண்ட ஏராளமான உளவியல் பிரச்சனைகளுக்கும் அதுவே அருமருந்தாகும்.

16

தமிழ் நாட்டிற்கு ஒரு கல்விக் கொள்கை

I

தமிழ் நாட்டிற்கு ஒரு கல்விக் கொள்கை - 2022

பள்ளிக் கல்வி பாதுகாப்பு இயக்கம், தமிழ் நாடு, புதுச்சேரி

- தமிழக அரசு கல்விக் கொள்கை ஒன்றைப் பரிந்துரைக்க அமைத்திருக்கும் நீதியரசர் முருகேசன் குழுவிற்கு அளிக்கும் பரிந்துரைகள்.

- எங்கள் அமைப்பான பள்ளிக் கல்வி பாதுகாப்பு இயக்கம் பள்ளிக் கல்வித் தளத்தில் மட்டுமே இயங்குவது. ஆகவே, எங்கள் பரிந்துரைகள் பள்ளிக் கல்வி குறித்து மட்டுமே அளிக்கப்படுகின்றன.

- இயக்கத்தின் பேரில் அளிக்கப்பட்ட அறிக்கை என் கட்டுரைகள் தொகுப்பில் இணைப்பதற்கு இரண்டு காரணங்கள். ஒன்று, அறிக்கை முழுதும் நான் எழுதியது. இரண்டு, தமிழ் நாட்டுக் கல்வியின் அனைத்துப் பரிமாணங்களையும் விவாதிக்கும் அறிக்கை பொது வெளியில் பகிரப்பட வேண்டும் என்பது.

மக்கள் மயமாகும் கல்வி நோக்கி

"இந்தியாவின் தலைவிதி அதன் வகுப்பறைகளில் நிர்ணயிக்கப்படுகிறது" – கோத்தாரிக் கமிஷன், 1966

கல்வி ஒரு தேசத்தின் அடித்தளம். பொருளாதாரத்தின் கட்டமைப்பு. அனைத்துக் குழந்தைகளின், குடும்பங்களின் தேவை, தவிப்பு, கனவு. ஆனால், அது குறித்த எந்தத் தெளிவும், விவாதமும் இன்றியே, கல்வி குறித்த அனைத்து முடிவுகளும் எடுக்கப்படுகின்றன. இதற்கு மாறாக, தமிழக அரசின் கல்விக் கொள்கைக் குழு இந்திய அரசியல் சாசன இலட்சியங்களில் ஊன்றி நின்று, தொலைநோக்கிலும்,

உடனடித் தேவைகளை மனதில் கொண்டும் தன் பரிந்துரைகளை வகுக்கும் என்று நம்புகிறோம்.

தமிழ்நாடு வாழவேண்டுமென்றால், வளரவேண்டுமென்றால், எதிர்காலம் நம்பிக்கை அளிக்கவேண்டுமென்றால், நம் கல்வி அமைப்பில் மிகப்பெரும் மாற்றம், புரட்டிப்போடும் புரட்சிகர மாற்றம் தேவை.

நாம் இன்று வேண்டும் கல்விக் கொள்கையானது இன்று நம்மை வருத்தும் நோய் நாடி, நோய் முதல் நாடி, அதனைத் தீர்க்கும் சிகிச்சையாக இருக்க வேண்டும். அடுத்து, இந்தத் தேடலில், நமது வரலாற்று முன்னோடிகள், உலகெங்கிலும் தலைசிறந்த கல்வி அமைப்பை உருவாக்கி, அதன் மகத்தான பலன்களை அறுவடை செய்து வரும் நாடுகளின் அனுபவங்களின் அடி ஒட்டி உருவாக்க வேண்டும்.

அந்த நாடுகளின் கல்வி அமைப்புகள் சில பொதுமைகளின் அடிப்படையில் கட்டமைக்கப்பட்டவை. அருகமைப் பள்ளிகளைக் கொண்ட, பொதுப் பள்ளிகள், தனியார் துறையே பெரும்பாலும் இன்றி, அரசின் நிதிப் பொறுப்பிலேயே அளிக்கப்படும் கல்வி, ஏற்றத் தாழ்வுகள் இன்றி, அனைத்துப் பொருளாதார மட்டங்களைச் சார்ந்த குழந்தைகளும் ஒரே பள்ளியில் படிக்கும் சம நிலை, போட்டிகள் தவிர்த்து, தேர்வுகளே இன்றி, சுமையற்று, பெரும்பாலும் தாய் மொழி வழியாகவே, குழந்தைகள் மகிழ்ச்சியாகக் கற்கும் வகுப்பறைகள். இவையே அந் நாடுகளின் கல்வி அடிப்படைகள். நாம் ஓயாமல் உலகத் தரம் வாய்ந்த கல்வி நமக்குத் தேவை என்று பேசுகிறோம். தேசியக் கல்விக் கொள்கை, 2020 உலகத் தரம் வாய்ந்த கல்வியை அளிப்பதற்காக உருவாக்கப்பட்டிருக்கிறது என்று சொல்கிறது. ஆனால், மேலே சொன்ன உலகத் தலைமை வகிக்கும் நாடுகளின் கல்வி அமைப்புகளின் அடிப்படைகளுக்கு முற்றிலும் முரணானதாக உருவாக்கப்பட்டிருக்கிறது.

தமிழ் நாட்டிற்கான கல்வி அமைப்பு மேற் சொன்ன லட்சியங்களைக் கொண்டு வகுக்கப்பட வேண்டும் என்று எண்ணுகிறோம். ஆனால், அது உடனடி சாத்தியமல்ல என்ற யதார்த்தத்தை உணருகிறோம். இந்தக் கட்டத்தில் எங்கள் வேண்டுகோள், இந்த லட்சியங்கள் உடனடி சாத்தியமல்ல என்றாலும், படிப்படியாக அவற்றை அடையும் கொள்கை வகுக்க வேண்டும். லட்சியங்களைத் தொலை வானிலன்றி, தொடுவானில் பதித்து, அவற்றை எட்டும் பாதை வகுக்க வேண்டும்.

கொடிய ஏற்றத் தாழ்வுகள்

இன்றைய தமிழகக் கல்வியின், இந்தியக் கல்வியின் முதல் தோல்வி, முதல் துயரம் எது?

உலகில் வேறு எங்கும் இல்லாத கொடிய, கேவலமான ஏற்றத் தாழ்வுகள் கொண்ட, தனியார்மயமான, வணிகமயமான கல்வி அமைப்பு முன் பருவக் கல்வியிலிருந்து, பல்கலைக்கழகம் வரை கட்டியமைக்கப்பட்டிருக்கிறது.

இத்தகைய கல்விக் கொள்கையை உருவாக்கி, அதனால் பயனடைபவர் யார் என்பதைத் தெரிந்து கொண்டால்தான், மாற்றுக் கொள்கைகளை உருவாக்க இயலும். இந்தியப் பொருளாதார- சமூகப் பிரமிடின் உச்சியில் இருப்போர், மிகுந்த வசதி பெற்றவர்கள், அவர்களுக்கு அடுத்த நிலையில் உள்ளவர்கள் ஆகியோரின் விருப்பத்திற்கும், வற்புறுத்துதல்களுக்கும் உட்பட்டுக் கொள்கைகள் உருவாக்கப்படுகின்றன.

தங்களுக்கும், மற்ற மட்டத்தினருக்கும், குறிப்பாக, பெரும் எண்ணிக்கையிலான அடித்தட்டு மக்களுக்கும், இடையிலான இடைவெளியை அதிகரிப்பதற்காகவே மேல் தட்டினர் அதை உருவாக்கி உள்ளனர். வாழ்வின் அனைத்து அனுகூலங்களையும் தாங்களே அள்ளிச் செல்ல வேண்டுமென்ற ஒற்றைக் குறிக்கோளுடன் இக் கல்வி அமைப்பை இவர்கள் கட்டமைத்து அதன் பலன்களை அறுவடை செய்து மகிழ்ந்து வருகின்றனர். அடித்தட்டுக் குழந்தைகளும், இளைஞர்களும் சிறந்த திறன்கள் பெற்றுவிட முடியாத, போட்டியில் வென்றுவிட முடியாத கல்வி அமைப்பு இது. *Architecture of Exclusion* என்பது நாங்கள் இவ்வமைப்புக்கு இடும் பெயர்.

இந்தக் கொடும் ஏற்றத் தாழ்வுகள்கொண்ட கல்வி அமைப்பில் வெவ்வேறு பொருளாதார மட்டத்துக் குழந்தைகளுக்கும் வெவ்வேறு தரமுடைய பலமட்டப் பள்ளிகள், உச்சி குறுகி, அடி பரந்த இந்த சமுதாயப் பிரமிடின் உச்சியில், மிகக் குறைந்த எண்ணிக்கையிலான வசதி படைத்தோர் இன்றைய உலகின் வாய்ப்புகளை அள்ளிச் செல்லும் திறமை பெறுகின்றனர். மிகப் பெரும்பான்மையினர் தகுதியற்றவர் என்று முத்திரை குத்தப்பட்டு, வடிகட்டப்பட்டு, பல கட்டங்களில் வெளியே தள்ளப்படுகின்றனர். இவ்வாறு இழப்புக்கும், தவிப்புக்கும் உள்ளாகுபவர் பெரும்பாலும் நமது சாதிய சமுதாயத்தின் அடித் தட்டினரான தலித்துகள்,

பழங்குடியினர், குறிப்பாக இப் பிரிவுகளைச் சேர்ந்த பெண்களும், மற்றும் மத சிறுபான்மையினரும் ஆவர்.

தனியார்மயம், வணிகமயம்

இந்தியக் கல்வியின் இந்த வர்க்க-சாதியத் தன்மைக்குக் காரணம், கல்வி தங்குதடையில்லா தனியார்மயமாதலும், வணிகமயமாதலும், அரசு அனைவருக்கும் சம தரமுடைய கல்வி அளிக்கும் தன் அடிப்படைப் பொறுப்பை உதறித் தள்ளிவிட்டதும்தான்.

உலகின் வளர்ச்சி அடைந்த அனைத்து நாடுகளும், இன்று வேகமாக வளரும் பல நாடுகளும் நிறுவியிருக்கும் கல்வி அமைப்பு ஒரே வகைப்பட்டதுதான். அருகமைப் பள்ளிகளைக் கொண்ட பொதுப்பள்ளி முறையில், அரசின் முழு நிதிப் பொறுப்பில், அனைத்துக் குழந்தைகளும், பெரும் பணக்காரரும், அடித்தட்டு ஏழைகளும் ஒரே பள்ளிகளில், அனைவரும் இலவசமாக, தாய்மொழி வழியே கற்கும் பள்ளிகள் மட்டுமே இந்த நாடுகள் அனைத்திலும் உள்ளன. இந் நாடுகளின் பெரும் வளர்ச்சியின் அஸ்திவாரமே இத்தகைய பொதுப் பள்ளி முறைதான். ஐரோப்பிய நாடுகளோ, குறிப்பாக ஃபின்லாந்து, நார்வே, ஸ்வீடன் என்ற கல்வியில் ஒளிரும் ஸ்கான்டிநேவிய நாடுகளோ, கனடாவோ, அமெரிக்காவின் பெரும்பான்மையோ, கிழக்கு ஆசிய நாடுகளோ, இவை அனைத்திலும் ஊன்றி செழித்திருப்பது இவ்வமைப்புதான்.

இத்தனை முன்னணி நாடுகளும் இப் பொதுப் பள்ளி அமைப்பில் வைத்திருக்கும் அசைக்க முடியா நம்பிக்கையின் ஆதாரம் என்ன? ஒரு நாடு தன் முழு மனிதவள வளர்ச்சியைப் பெற வேண்டுமென்றால், அனைத்துக் குழந்தைகளுக்கும் சம வளர்ச்சி வாய்ப்பு அளிக்க வேண்டும். அப்பொழுதுதான் அறிவு சுரந்தும் வரும், என்றைக்கும் பொய்யா பொங்குமா கடலாக மாறும். அது இலவசமாக அளித்தால்தான், அரசின் முதலீட்டில் அளித்தால்தான் இயலும்; அனைத்துக் குழந்தைகளின் திறன் அக் கடலில் சேரும். இந்த நாடுகள் எல்லாம் சமத்துவ சித்தாந்தத்தில் நம்பிக்கை கொண்ட சோஷலிச நாடுகள் அல்ல; அனைத்தும் முதலாளித்துவ நாடுகள். ஆனால், இவற்றில் பெரும்பான்மையானவை மக்கள் நல அரசுகள்; welfare states. இந்தியா மட்டும் இந்த வரலாற்றுப் பாதைக்கு விதி விலக்காக முடியாது.

மேற்சொன்ன அடிப்படைகளின் மேல் இன்றைக்குத் தேவையான இந்த மாற்றுக் கொள்கை எழுப்பப்பட வேண்டும். அவற்றுடன்,

இன்று நம் முன் பூதாகர வடிவெடுத்து, அச்சுறுத்தும் இந்தியாவின் தேசியக் கல்விக் கொள்கையை முழுவதும் நிராகரிக்கும் பரிமாணமும் சேர்த்துக் கொள்ளப்பட வேண்டும்.

தமிழ்நாட்டுப் பள்ளிக் கல்வியில் உடனடி மேற்கொள்ள வேண்டிய பணிகள்

- **கல்வி உரிமைச் சட்டம், 2009 முழுமையாக அனைத்துப் பள்ளிகளிலும் நிறைவேற்றப்படுதலை உறுதி செய்தல்**

கல்வி உரிமைச் சட்டம், 2009 அமலாக்கத்திற்கு வந்து பதினைந்து ஆண்டுகள் கழிந்து விட்டன. ஆனால், அதன் பல அடிப்படைகள் தமிழ் நாட்டில் இன்னும் நிறைவேற்றப்படவில்லை.

குறிப்பாகத் தனியார் பள்ளிகள் பலவற்றில் சட்டம் வலியுறுத்தும் தரவரைவுகள் காற்றில் பறக்கவிடப்பட்டுள்ளன. அங்கீகாரமே அற்ற நூற்றுக்கணக்கான தனியார் பள்ளிகள் பல்லாண்டுகளாக இயங்கி வருகின்றன. இத்தகைய அவல நிலை தொடர்வதை இன்னும் எத்தனை காலம் அனுமதிக்கப் போகிறோம்? சட்டத்தின் முழு அங்கீகாரம் பெறாத பள்ளிகள் உடனடியாக மூடப்பட வேண்டும்.

இத்தகைய கோரிக்கை எழும்போதெல்லாம் இப்பள்ளிகளைத் தொடரவிட பொதுவெளியிலும், நீதிமன்றங்களிலும் காண்பிக்கப்படும் ஒரே காரணம் அப் பள்ளிகளில் படிக்கும் மாணவர் பாதிக்கப்படுவர் என்பதுதான். இதற்கு ஒரே வழி என்னவென்றால், அவற்றில் தற்பொழுது படிக்கும் மாணவர் தொடரலாம். ஆனால், புதிதாக மாணவர் சேர்க்கப்பட அனுமதி இல்லை. அதாவது இப் பள்ளிகளில் முன் பருவக் கல்வி வகுப்பிலோ, ஒன்றாம் வகுப்பிலோ, வேறு எந்த வகுப்பிலோ மாணவர் சேர்க்கைக்கு அனுமதி இல்லை. இது வலியுறுத்தப்பட்டால், பல பள்ளிகள் தாமாகவே மூடிவிடும் நிலை ஏற்படும். இதனால், அரசு பள்ளிகளிலும் மாணவர் சேர்க்கை அதிகரிக்கும்.

நீண்ட காலத் தீர்வாக, தனியார் பள்ளிகளையே முழுமையாக மூடிவிடும் கொள்கை நோக்கி, தமிழ் நாடு பாதை வகுக்க வேண்டும். சேவை நிறுவனங்களாக (philanthropic institutions) மட்டுமே அவை இயங்க அனுமதிக்கலாம் இல்லாவிடில் கல்வி நாளுக்கு நாள் வணிகமயமாவதையும், கடைச் சரக்காக சீரழிவதையும் தடுக்க இயலாது. அதை உடனடியாக செய்ய இயலாது என்பது உண்மை. சட்டமும், உச்ச நீதி மன்றமும் கல்வியில் தனியார் துறையின்

அதிகாரத்தை நிலை நிறுத்தி இருக்கின்றன. தமிழ் நாடு அரசு சில முக்கிய உச்ச நீதி மன்றத் தீர்ப்புகளை, குறிப்பாக, T.M.A. Pai வழக்கின் தீர்ப்பை, மறு பரிசீலனை செய்ய வழக்குத் தொடர வேண்டும்.

● அரசுப் பள்ளிகளின் தரம் உயர்த்துதல்

அரசுப் பள்ளிகளின் தரம் பெருமளவு உயர்த்தப்பட வேண்டும். அரசுப் பள்ளிகள்தாம் மக்கள் பள்ளிகள். தமிழ் நாட்டின் பெரும்பாலான அரசுப் பள்ளிகள் உள் கட்டமைப்பு, ஆசிரியர் நியமனம், நிர்வாக முறை ஆகியவற்றில் மிகவும் தரம் தாழ்ந்துள்ளன. கல்வி உரிமைச் சட்டம் 2009 முழுமையாக அனைத்து அரசுப் பள்ளிகளிலும் கடைபிடிப்பதை உறுதி செய்ய வேண்டும். அரசுப் பள்ளிகளில் மாணவர் சேர்க்கை அதிகரிக்க ஆசிரியர், பொதுமக்கள் இணைந்த பெரும் முயற்சிகள் உள்ளூர் அளவில் எடுக்கப்பட வேண்டும். கொரோனா பாதிப்பினால் நடுத்தர, அடித்தட்டுக் குடும்பங்கள் பல வாழ்வாதாரம் இழந்து, தனியார் பள்ளிக் கட்டணம் செலுத்தும் பொருளாதார வலிமை இழந்ததால் அரசுப் பள்ளிகள் பால் திரும்பினர். முந்தைய நிலை திரும்பத் தொடங்கிய உடன் தனியார் பள்ளிகளை மீண்டும் நாடத் தொடங்கி உள்ளனர். இதனைத் தடுத்து நிறுத்த வேண்டும் முயற்சிகளை அரசு மேற்கொள்ள வேண்டும்.

● அருகமைப் பள்ளிகள், மாணவருக்கு

அனைத்துப் பள்ளிகளும் அருகமைப் பள்ளிகளாக (Neighbourhood schools) மாற்றப்பட வேண்டும். பச்சிளம் குழந்தைகளிலிருந்து, தனியார் பள்ளி மாணவர்கள் பெரும்பாலோர் பள்ளி வாகனங்களில் பல மணி நேரம் பயணிப்பது நமக்கே உரிய ஈவிரக்கமற்ற இழிவு. மஞ்சள் நிறப் பள்ளி வாகனங்கள் ஒதுக்குப்புற கிராமங்களின் மீதும் படை எடுக்கின்றன; அரைத் தூக்கத்தில், வெறும் வயிற்றுடன் இருக்கும் குழந்தைகளை அள்ளிப் போட்டுக் கொண்டு, இரண்டு மணி நேரம் பயணித்துப் பள்ளி வாசலில் கொட்டுகின்றன. பிற்பகலில் திரும்பும் பயணம். நடுவில் நடக்கும் விபத்துகள் ஏராளம். உலகின் அனைத்து வளர்ந்த நாடுகளிலும், வளரும் பெரும்பாலானவற்றிலும் குழந்தைகள் 8ஆம் வகுப்பு வரையாவது நடந்து செல்லும் தூரம் உள்ள பள்ளிகளில் படிக்க மட்டுமே அனுமதி உண்டு. ஒவ்வொரு பள்ளிக்குமான அருகமை வரையறுக்கப்பட வேண்டும். தொடக்கப் பள்ளிக்கு 1 கிலோ

மீட்டர், நடு நிலை, உயர்/ மேல் நிலைப் பள்ளிக்கு 2 கிலோ மீட்டர் என்று வரையறுக்கலாம். பெற்றோருக்குத் தங்கள் குழந்தைகள் எந்தப் பள்ளியில் படிக்க வேண்டும் என்று முடிவெடுக்கின்ற உரிமை உண்டு என்பது ஏற்றுக் கொள்ள இயலாது. குழந்தைகளை அடிப்பதற்கு, வதைப்பதற்குப் பெற்றோருக்கு உரிமை இல்லை. தடுப்பது அரசின் கடமை. சட்டம் அவர்கள் மீது பாயும்.

- **அருகமைப் பள்ளிகள், ஆசிரியருக்கு**

பள்ளிகள் மாணவருக்கு மட்டும்அல்ல, ஆசிரியருக்கும் அருகமைப் பள்ளிகளாக இருத்தல் வேண்டும். மிகப் பெரும்பாலான அரசுப் பள்ளி ஆசிரியர் வெகு தூரம், வெகு நேரம் பயணித்துத்தான் பள்ளிகளைச் சென்றடைகின்றனர். பள்ளி நேரம் முடிந்த உடனேயே வீடு நோக்கிய பயணம் தொடங்கி விடுகிறது. அரசுப் பள்ளி மாணவருக்கு, வகுப்பு நேரத்திற்கப்பால், ஆசிரியரின் ஆற்றுப்படுத்தலும், ஆற்றல்படுத்தலும், அரவணைத்தலும் பல வகையில் தேவைப்படுகிறது. வசதிபடைத்த மாணவரைப் போன்று, வகுப்பு நேரத்திற்கப்பால், பணம் செலவழித்து, டியூஷன், கோச்சிங் வழியே கூடுதல் கற்றல் இவர்களால் இயலாது. பின் தங்கிய ஏராளமான அரசுப் பள்ளி மாணவருக்குக் கூடுதல் தனி கவனம் தேவைப்படுகிறது. நீண்ட தூரம் பயணித்து வரும் ஆசிரியர் இப் பணியைத் தங்கள் கற்பித்தலின் பிரிக்க முடியாத பணியாக ஏற்றுக் கொள்ளவைப்பது கடினம். பாடம் கற்பித்தல் மட்டும் அல்ல; அவர்களின் முழுமைத்துவக் கல்விக்கும் வகுப்பு நேரத்திற்குப் பின் மாணவரின் பன்முகத் திறன்களை வளர்க்க ஆசிரியரின் நேரம் தேவைப்படுகிறது. மாணவரின் உளவியல் பிரச்சனைகளையும் கையாள, ஆசிரியரின் வகுப்பு நேரத்திற்கு அப்பாற்பட்ட, தனி கவனம் தேவைப்படுகிறது. குறிப்பாக, ஆறாம் வகுப்பிற்குப் பின், பதின் பருவம் தொடங்கும்போது, ஆசிரியர் மாணவரின் நம்பிக்கைக்குறிய தோழனாக, குடும்பத்திற்கு அப்பாற்பட்டு, புரிதலுடையவராக, வழிகாட்டியாகத் திகழ வேண்டும். மாணவருக்கு மட்டும் அல்ல அவர்தம் குடும்பத்திற்கும், கொடிய ஏழ்மையிலும், பல வகைத் தவிப்புகளிலும், அடக்குமுறைகளிலும், ஆழ்ந்துகிடக்கும் கிராம சமுதாயத்திற்கும், ஆசிரியரின் உதவி ஆயிரம் வழிகளில் உய்வளிக்கும்.

தமிழக அரசின் ஆணை ஒன்று, ஆசிரியர் பள்ளியிலிருந்து, 7 கிலோ மீட்டருக்குள் வசிக்க வேண்டுமென்கிறது. ஆணை மறைக்கப்பட்டு,

மறுக்கப்பட்டுவிட்டது. அது உயிரூட்டப்பட்டு, நிறைவேற்றப்பட வேண்டும்.

தமிழ் நாட்டில் ஒரே ஒரு கல்வி வாரியம், மாநில வாரியம் மட்டும்தான் அனுமதிக்க வேண்டும். CBSE, ICSE, International Baccalaureate போன்ற பல வகைப்பட்ட வாரியங்கள் பள்ளிகள் நடத்த அனுமதி அளித்தல் கூடாது. மத்திய அரசின் அல்லது நாடு முழுதும் இட மாற்றம் செய்யப்படும் பணிகளைச் சேர்ந்தவர்கள் குழந்தைகள் மட்டுமே படிப்பதற்கு CBSE பள்ளிகளை அனுமதிக்கலாம். ஆனால், இப் பள்ளிகளில் மற்றவர் சேர்க்கப்பட அனுமதிக்கக் கூடாது.

• கல்வித் திட்டம் (Curriculum) பெரும் சுமையானதாக உருவாக்கப்பட்டிருக்கிறது. முழுவதும் மத்தியதர, மேல் வர்க்கக் குழந்தைகளின் தேவைக்காக, அவர்கள் உலகளாவிய போட்டியில் வெல்வதற்காக உருவாக்கப்பட்டிருக்கிறது. தமிழ் நாட்டின் சராசரி மாணவர் எம்பி எம்பிக் குதித்தாலும் எட்ட முடியாத உயரத்தில் தொங்கிக் கொண்டிருக்கிறது. ஆசிரியராலும் கற்றுத் தருவது கடினமாக இருக்கிறது. குழந்தைகளின் தலையில் எத்தனை சுமையும் சுமத்தலாம் என்பது போட்டியில் மாட்டிக் கொண்ட தனியார் பள்ளிகளும், அவற்றின் பெற்றோரும் ஏற்றுக் கொண்ட கல்வி (அ) தர்மம். வயதுக்கேற்ற கல்வி என்ற உலகளாவிய கல்வி அடிப்படை இங்கு ஏற்கப்பட வேண்டும். எட்டு வயதுக் குழந்தையின் தலையில் பத்து வயதுக் குழந்தைக்கு உரியதை சுமத்துவது தரமான கல்வியல்ல; தரமற்ற கல்வி என்ற அரிச்சுவடியின் முதல் சூத்திரத்தை வலியுறுத்த வேண்டும். தமிழ் நாட்டின் அடித்தட்டு மக்களுக்கு ஏற்ற, அவர்கள் வாழ்க்கைச் சூழல், கலாச்சாரம் ஆகியவற்றை உள் வாங்கிய கலைத் திட்டம் தேவை. அத்தகைய கல்வித் திட்டத்தில் வேர் கொண்ட மாணவர், உலகத் தரம் வாய்ந்த கல்வியைத் தன்னம்பிக்கையுடன் எதிர் கொண்டு, சிந்திக்கும் திறன்கொண்டு, சிந்திக்கும் துணிவுகொண்டு, சிந்தனை வழி வாழும் ஆளுமை பெறுவர். பெரும் பாராட்டைப் பெற்ற National Curriculum Framework, 2005 இன்றும் ஒரு முன்மாதிரியாகக் கொள்ளலாம்.

• ஆங்கில வழிக் கல்வி

தமிழகக் கல்வியின் ஆழ்ந்த பிரச்சனை ஆங்கில வழிக் கல்வி. புரியாமை இருளில் மூழ்கிக் கிடக்கும் வகுப்பறைகள். ஆங்கில வழிக் கல்வியிலான மோகம் கல்வியையே சீரழித்துக் கொண்டிருக்கிறது.

தமிழ் நாட்டின் பல அரசு தொடக்கப் பள்ளிகளிலும் தமிழ் வழிக் கல்விப் பிரிவுகளே இல்லாத நிலை உருவாகி இருக்கிறது. ஆசிரியருக்கு ஆங்கில வழியில் கற்பிக்கவே இயலாத தவிப்பு. மாணவருக்கு ஒன்றுமே புரியாத கொடுமை. புரியாமை இருளில் மூழ்கிக் கிடக்கும் வகுப்பறைகள். இதுதான் இன்று தமிழகக் கல்வியின் அவல நிலை. இன்றைய தமிழக அரசு தமிழ் மொழியின் மகத்துவத்தை உயர்த்துவதைத் தன் குறிக்கோள்களில் ஒன்றாக அறிவித்திருக்கிறது. தமிழ் மொழிக்கு மகுடம் சூட்டுவது வகுப்பறைகளில் தொடங்க வேண்டும். ஆகவே அனைத்துத் தொடக்கப் பள்ளிகளில் மட்டுமாவது தமிழ் வழி வகுப்புகள் மட்டுமே இருக்க வேண்டும். ஆனால் ஆங்கிலத்தை இரண்டாவது மொழியாக சிறப்பாகக் கற்றுத் தர வேண்டும். உலகெங்கும் ஆங்கிலம் இரண்டாம் மொழியாகத்தான் கற்பிக்கப்படுகிறது என்பதைச் சுட்டிக்காட்ட விரும்புகிறோம்.

ஆனால், ஆங்கில வழிக் கல்விதான் வேண்டுமென்று ஒற்றைக் குரலில் பிடிவாதம் பிடிக்கும் சமுதாயம். மிக அதிகம் இழப்பிற்கு ஆளாகும் அடித்தட்டு மக்களையும் பீடித்துக் கொண்ட ஆங்கில மோகம். ஆங்கில வழிக் கல்வி தங்கள் குழந்தைகளை, சமதளமற்ற, அவர்களால் போட்டியே போடமுடியாத, தோல்வி உறுதி செய்யப்பட்ட ஒரு களத்தில் தள்ளுகிறது என்ற உணர்வே அற்ற மக்கள். ஆங்கில வழிக் கல்வி வேண்டாமென்று சொல்வது வெல்ல முடியாத எதிர் நீச்சல்தான். எப்படித்தான் இப் பிரச்சனையை எதிர் கொள்வது? ஆங்கில வழிக் கல்வி கூடாது என்றால், இன்று எவரும் ஏற்றுக் கொள்ள மாட்டார்கள்.

எங்கள் ஆலோசனை. யார் வேண்டுமானாலும் ஆங்கில வழியில் கற்றுத் தரலாம் என்கின்ற கேலிக்கூத்தான நிலை புறக்கணிக்கப்பட வேண்டும். தமிழ் வழியில் மட்டுமே கற்றுத் தந்த ஆசிரியர், திடீரென்று ஆங்கில வழிக்கு மாற்றப்படுகிறார். தனியார் பள்ளிகளில், அடிப்படைக் கல்வித் தகுதியோ, ஆங்கிலத்தில் தனிப் பயிற்சியோ அற்ற ஆசிரியர் ஆங்கில வழியில் கற்றுத் தருகிறார். இந்த அவல நிலை மாறுவதற்கு செய்ய வேண்டியது, ஆங்கில வழியில் கற்பிக்கும் ஆசிரியர் அதற்கான தனித் தேர்வில் தேர்ச்சி பெற வேண்டும். புகழ் பெற்ற ஒரு நிறுவனம், Institute of English & Foreign Languages, Hyderabad அல்லது அதை ஒத்த ஒன்று ஆங்கில வழியில் கற்றுத் தருவதற்குத் தேவையான தேர்வு நடத்த வேண்டும். அதில் தேர்ச்சி பெற்றவர்களுக்கு நேர்முகத் தேர்வும் நடத்தி, ஆங்கிலத்தில் சரளமாகப் பேசும் திறன் இருப்பதற்குச் சான்று

அளிக்க வேண்டும். இவை இரண்டிலும் தேர்ச்சி பெற்றவர்களுக்கு மட்டுமே ஆங்கில வழியில் கற்பிப்பதற்கான அனுமதி அளிக்க வேண்டும். மற்றவர் அனைவரும் தமிழ் வழியில்தான் கற்பிக்க வேண்டும். தனியார், அரசு பள்ளிகள் இரண்டிலும் இந்த விதி கறாராகக் கடை பிடிக்கப்பட வேண்டும். தனியார் பள்ளிகளும் கடுமையாகப் பாதிக்கப்படுமாதலால், அரசுப் பள்ளிப் பெற்றோரும் இதை ஏற்றுக் கொள்வர். நீதி மன்றங்களும் இந்த நிபந்தனை நியாயமானதே என்று கருத இடமுண்டு. எந்தப் பணியாயினும் அதற்கான தகுதி என்று உண்டல்லவா? இன்று பணியிலிருக்கும் ஆசிரியர்களைப் பணி நீக்கம் செய்யச் சொல்லவில்லை. ஆங்கிலத்தில் தகுதி பெறும் வரை தமிழில் கற்பிக்கத்தான் சொல்கிறோம். தனியார் பள்ளிகள் தமிழில் நடத்த மாட்டோம் என்றால், தமிழக அரசு ஒரு வருட காலக்கெடு அனைத்துவகைப் பள்ளி ஆசிரியருக்கும் விதிக்கலாம்.

அதே நேரத்தில் ஆங்கிலத்தை இரண்டாவது மொழியாகச் சிறப்பாகக் கற்றுத் தரல் வேண்டும். உலகம் முழுவதும் ஆங்கிலம் பேசாத நாடுகளில் கற்பிப்பதைப் போல், இந்தியாவிலும், 1980களின் இறுதி வரை கற்பித்ததைப் போல், இரண்டாம் மொழியாகக் கற்பிக்க வேண்டும். 1980 வரையான தலை முறையினர், ஆங்கிலத்தை இரண்டாவது மொழியாகக் கற்று, அதில் நல்ல திறன் அடைந்தனர். சென்ற நூற்றாண்டில் அவ்வாறு கற்றவர்கள் அனைத்துத் துறைகளிலும் சிகரம் கண்டனர். உலகின் மதிப்பைப் பெற்றனர். ஆங்கிலத்தில் திறமை பெற வேண்டுமென்றால், ஆங்கில வழியில் கற்றால்தான் முடியும் என்பது பெரும் மாயை. அதை உடைக்க வேண்டும்.

● தமிழ் நாட்டில் பள்ளி மாணவர் கற்றல் திறன்களில் மிகவும் பின் தங்கி இருக்கின்றனர். ஐந்தாம் வகுப்பு மாணவரில் பெரும்பாலானோர் இரண்டாம் வகுப்பிற்குரிய திறன்களை அடைவதில்லை என்றும், எட்டாம் வகுப்பு மாணவர் ஐந்தாம் வகுப்பிற்குரிய திறன்களை அடைவதில்லை என்றும் Annual Status of Education Report (ASER) முதற்கொண்ட ஏராளமான ஆய்வுகள் பல ஆண்டுகளாகச் சுட்டிக் காட்டிய வண்ணம் உள்ளன. சமீபத்தில் நடுவண் அரசினால் நடத்தப்பட்டு, வெளிவந்த National Achievement Survey, 2021, கற்றல் அடைவுகளை எட்டுவதில் இந்திய மாநிலங்களில் தமிழ் நாடு இருபதாம் இடத்தில் இருக்கும் தாழ்ச்சியைச் சுட்டிக் காட்டி இருக்கிறது. இந்த நிலை தொடர

விடுவது மன்னிக்கவியலா குற்றம். இதற்கான பொறுப்பை கல்வித் துறையும், மாநில அரசும் முழுவதும் ஏற்க வேண்டும். பின் தங்கி இருக்கும் மாணவர்கள் யார் என்பதைக் கண்டறிய வேண்டும். ஆசிரியர்களுடன் கலந்தாலோசித்து, ஒவ்வொரு மாணவரையும் முழுத் திறனடையச் செய்ய திட்டம் வகுக்க வேண்டும். திட்டம் நிறைவேறுவதையும், மாணவர் முழுத் திறனடைவதையும் உறுதி செய்ய வேண்டும். ஒரு எச்சரிக்கை; மாணவர் எவரையும் இடை நிறுத்தம் செய்யக் கூடாது. சட்டமும் அதைத்தான் சொல்கிறது.

கற்றல்-கற்பித்தல் முறைகளில் பெரும் மாற்றங்கள் தேவை; உலகெங்கும் இருப்பதைப் போன்று குழந்தை மையக் கற்றல் முறைகள் தேவை. சென்ற தி.மு.க. ஆட்சியில் பல கனவுகளுடன், பெரும் அர்ப்பணிப்புடன் கொண்டுவரப்பட்ட செயல் வழிக் கற்றல் முறை ஒழித்துக்கட்டப்பட்டுவிட்டது. அதை மீட்டெடுத்து, தேவையான மாற்றங்கள் செய்து, வகுப்பறைகள் உயிரூட்டம் பெற வேண்டும்.

● ஒவ்வொரு மாணவரும் அந்த வகுப்பிற்கென்று நிர்ணயிக்கப்பட்ட திறன்களை அடைகிறாரா என்பதைக் கண்காணித்து, பின் தங்கியவருக்குக் கூடுதல் கவனம் செலுத்தி, திறன் அடையும் வரைத் தொடர வேண்டும். இந்தத் தனிப் பயிற்சி, ஒவ்வொரு ஆசிரியராலும் வகுப்பு நேரத்திற்கு அப்பால் தேவைப்படும் மாணவருக்கு அளிக்கப்பட வேண்டும். இது ஆசிரியரின் பணியின் பகுதியாகக் கருதப்பட வேண்டும். ஒவ்வொரு மாணவரின் முன்னேற்றத்தையும் பள்ளி மேலாண்மைக் குழு மாதந்தோறும் கண்காணிக்க வேண்டும்.

● முழுமைத்துவக் கல்விக்குக் கலை-கலாச்சார பரிமாணங்கள்: தமிழகப் பள்ளிக் கல்வித் துறை சமீபத்தில் பள்ளிகளில் கலைகள் கற்றுத் தரும் சிறந்த திட்டத்தைத் தொடங்கி இருக்கிறது. மாணவருக்குக் கலைகள் கற்றுத் தருதல் மட்டும்அல்ல; கலை வழியே வகுப்புப் பாடங்களையும் கற்பதில் மாணவர் திறன் பெறும் அணுகு முறை. இத் திட்டம் அனைத்துப் பள்ளிகளிலும் சிறப்பாக நடத்தப்பட வேண்டும்.

● ஆசிரியர் கல்வி முழுமையாக மாற்றப்பட வேண்டும். Tata Institute of Social Sciences (TISS), Azim Premji Univerity போன்றவை நடத்தும்

பெரும் பாராட்டுக்கள் பெற்ற ஆசிரியர் பயிற்சி போன்றவற்றை முன் மாதிரியாகக் கொள்ளலாம்.

• இன்றையக் கல்வியின் கொடிய அவலம் coaching centres. வணிக மயக் கல்வியின் கோர முகங்கள். NEET, JEE போன்ற பெரும் மதிப்புடையவையாகக் கருதப்படும் நுழைவுத் தேர்வுகளுக்கு coaching centre களில் ஏராளமான பணம் செலவழித்துப் பயின்றால் அன்றி வெற்றி பெற இயலாது என்பது சந்தேகத்திற்கு இடமின்றி நிரூபிக்கப்பட்டிருக்கிறது. தேசியக் கல்விக் கொள்கை, 2020 இந்தக் கேட்டினைப் பல மடங்கு அதிகரிக்கப் போகிறது. அதன்படி இனி எந்த வகைப்பட்ட உயர் கல்வியாயினும், இளம் கலை, இளம் அறிவியல், வணிகவியல், தொழிற்கல்வி எதுவாயினும் மத்திய அரசு நடத்துகின்ற நுழைவுத் தேர்வில் வெற்றி பெற்றால் மட்டுமே சேர இயலும். அப்படி என்றால், இனி coaching centre களின் ஆதிக்கம்தான் நிலவும். இந்த மையங்கள் எத்தகைய வரைமுறைகளுக்கும் உட்படாமல், எதேச்சாதிகாரம் செய்கின்றன. அனைத்து வகைப்பட்ட கல்வி நிலையங்களும் பல சட்ட திட்டங்களுக்கு உட்பட்டுதான் செயல்படுகின்றன, இவை தவிர உயர் கல்வி என்பது இனிமேல் அடித்தட்டு, நடுத்தர வர்க்கத்தினருக்கு எட்டாக் கனியாகப்போகிறது. ஆகவே, அனைத்து வகைப்பட்ட coaching centre களும் தடை செய்யப்பட வேண்டும். அவை நேரடி வகுப்புகளாகவோ, on-line வகுப்புகளாகவோ நடக்க விடக் கூடாது.

• மாலை / காலை நேரத் தனிப் பயிற்சி வகுப்புகள் (private tuitions) முழுமையாகத் தடைசெய்யப்பட வேண்டும். ஆசிரியர்களின் பணம் சேர்க்கும் ஆசைகளும், தனியார் பள்ளிகள் தங்கள் ஆசிரியர்களிடம் டியூஷன் எடுக்க வேண்டும் என்று மாணவரை வற்புறுத்துதலும், தனியார் பள்ளிகள் ஆசிரியர்களுக்குக் குறைந்த ஊதியம் கொடுப்பதனால் டியூஷன் எடுக்கும் ஆசிரியர்களும், பெற்றோர் குழந்தைகளிடம் வைத்திருக்கும் அதீத எதிர்பார்ப்புகளும், டியூஷன் இல்லை என்றால் கல்வியே இல்லை என்று சமூகம் முழுதும் மூழ்கடிக்க வைத்திருக்கும் மாயையும், அனைத்தும் சேர்ந்து, நம் குழந்தைகளின் குழந்தைப் பருவத்தையே பறித்து விட்டன. விளையாட்டை இழந்த குழந்தைகள், அதனால் ஆரோக்கியத்தை இழந்த குழந்தைகள், அதனால் மன ரீதியாகவும் பாதிக்கப்படும் குழந்தைகள். மனப்பாடம் செய்வதுதான் கல்வி என்று தன் மகத்துவத்துவம் அனைத்தையும் இழந்த கல்வி...

இதுதான் இன்றைய பெருமைமிகு பாரதத்தின் கல்வி. உலகில் வேறு எந்த நாட்டிலுமே விளையாட்டைப் பறிகொடுத்த குழந்தைகள் இல்லை. டியூஷன் என்பதே குழந்தைகளுக்கு இழைக்கப்படும் பச்சை துரோகம். இது தடுத்து நிறுத்தப்பட வேண்டும்.

● அனைத்துப் பள்ளிகளிலும் மாணவருக்கு counselling ஏற்பாடுகள் செய்யப்பட வேண்டும். வளர் இளம் பருவத்தைச் சேர்ந்த (adolescence) வகுப்பு 6 க்கு மேற்பட்ட மாணவர் பல உளவியல் பிரச்சனைகளைச் சந்திப்பவர். அவற்றைக் கையாளாமல், கல்வி அளிப்பது இயலாது. ஆனால், professional counsellors இத்தனை ஆயிரம் பள்ளிகளில் நியமிப்பது இயலாது. ஒவ்வொரு பள்ளிக்கும் இரு ஆசிரியரைத் தேர்ந்தெடுத்து, அவர்களுக்கு counselling பயிற்சி அளிக்க வேண்டும். அத்துடன், பள்ளி மேலாண்மைக் குழுவில் கல்வியாளர் - உறுப்பினராக அனைத்துப் பள்ளிகளிலும் சேர்ந்துள்ள இல்லம் தேடிக் கல்வி மைய தன்னார்வலருக்கும் இந்தப் பயிற்சி அளிக்கப்பட்டு மாணவருக்கு counselling அளிக்க வேண்டும்.

● **பட்டியலினக் குழந்தைகள்**

பட்டியலினக் குழந்தைகளின் கல்வி பாழ்பட்டுக் கிடக்கிறது. வரலாறு முழுதும் வஞ்சிக்கப்பட்டோரின் கல்வி உயர, கூடுதலாக கவனம் தேவை என்ற கொள்கை அடிப்படையில் அவர்களுக்கென நிறுவப்பட்ட பள்ளிகள், உண்டு உறைவிடப் பள்ளிகள் இன்று வஞ்சனையின் இலக்கணமாக நம்மை இடிக்கின்றன. அவற்றின் இன்றைய நிர்வாக அமைப்பு முற்றிலும் மாற்றப்பட்டு, கல்வித் துறைக்கு மாற்றப்பட்டு, பெற்றோர், உள்ளூர் மக்கள், பள்ளி மேலாண்மைக் குழுக்கள், சிவில் சமூக அமைப்புகளின் மேற்பார்வையில், கடைக்கோடிக் குழந்தைகள் வாழ்வு பெற வேண்டும். ஆந்திரா, தெலிங்கானா மாநிலங்களில் வெகு காலமாக, மிக வெற்றிகரமாக நடந்து வரும் பட்டியலினக் குழந்தைகளுக்கான உண்டு உறை விடப் பள்ளிகளின் மாதிரியை ஒட்டித் தமிழ் நாடும் பட்டியலினக் குழந்தைகளின் கல்விக்குப் புதிய பாதை அமைக்க வேண்டும்.

● நிதி ஒதுக்கீடு: கல்விக்கு எவ்வளவு நிதிஒதுக்கீடு செய்ய வேண்டும் என்பது குறித்தத் தெளிவு இல்லை. கோதாரி கமிஷன் காலத்திலிருந்து GDP யில் 6% ஒதுக்க வேண்டும் என்று பொத்தாம்

பொதுவாகக் கேட்டுக் கொண்டிருக்கிறோம். இதுவும் தேசிய அளவில்தான். மாநில அளவில் எத்தகைய அனுமானமும் இல்லை. மாநிலத்தின் State GDP யில் எவ்வளவு சதவிகிதம் ஒதுக்க வேண்டும் என்ற அனுமானம் இல்லை. ஆகவே, கல்வியின் அனைத்துத் தேவைகளும் தீர்ப்பதற்கான நிதி ஒதுக்கீடு செய்ய வேண்டும் என்று கேட்பதே சரியாக இருக்கும்.

II

தேசிய கல்விக் கொள்கை, 2020 ஐ முழுமையாக நிராகரித்தல்

தேசியக் கல்விக் கொள்கை, 2020

தமிழக அரசு தேசியக் கல்விக் கொள்கையை எதிர்க்கும் முடிவெடுத்திருப்பது பெரும் நம்பிக்கை அளிக்கிறது. ஆனால், கொள்கையின் அனைத்து அபாயங்களையும் முழுமையாக உணர்ந்து, பொது வெளியில் வைக்கப்பட்டிருக்கின்றனவா என்பது தெளிவாக இல்லை. இந்தித் திணிப்பு, நீட் இவற்றிற்கான எதிர்ப்புதான் பெருமளவு பேசப்படுவது. ஆகவே கொள்கையின் பரவலான பெரும் அபாயங்களை இங்கு சுட்டிக் காட்ட விரும்புகிறோம்.

மத்திய அரசு 2020இல் வெளியிட்டு நடைமுறைப் படுத்திக் கொண்டிருக்கும் தேசியக் கல்விக் கொள்கை முழுமையாக நிராகரிக்கப்பட வேண்டும். அது பெரும் அபாயங்களின், அச்சுறுத்தல்களின் மொத்த வடிவமாக வந்திருக்கிறது. அவற்றை சுருங்கச் சொல்லின் :

- மாநில உரிமைகளுக்கும், கூட்டாட்சித் தத்துவத்திற்கும் மரண அடி

- தங்கு தடையற்ற தனியார்மயம், வணிகமயம்

- இட ஒதுக்கீட்டிற்கு முடிவு

- இந்துத்துவமயமாக்கல்

- தமிழ்நாடு கல்வியில் பெற்றிருக்கும் முன்னேற்றத்தை இழக்கும் அபாயம்

இவை ஒவ்வொன்று குறித்தும் இங்கு ஆழமாக விளக்க இடமில்லையால், சுருங்கச் சொல்கிறோம். தமிழகம் இந்தக் கொள்கையுடன் எத்தகைய சமரசமும் செய்துகொள்ளக் கூடாது.

மாநிலங்களின் உரிமைகளுக்கு மரண அடி

இக் கொள்கை இந்திய அரசியல் சாசனத்தின் அடிப்படையாகிய கூட்டாட்சியின் மேல் தொடுக்கப்பட்ட கொடும் தாக்குதல். மாநில அரசின் கல்வி சார்ந்த அனைத்து அதிகாரங்களும் மறுக்கப்பட்டு, மத்திய அரசில் குவிக்கப்படும் பேரபாயம் உருவாகிறது. மகத்தான பன்முகச் செழுமை கொண்ட, பல மொழிகள், கலாச்சாரங்கள், மதங்கள், வரலாற்றுப் பாரம்பரியங்கள், வளர்ச்சி நிலைகளின் சங்கமமான இந்திய நாட்டிற்கு ஒரே கல்விக் கொள்கை என்பது ஏற்றுக் கொள்ளவே இயலாதது. உலகின் எந்த வளர்ந்த நாட்டிலும், நாடு முழுவதற்குமான மத்தியப்படுத்தும் ஒரே கல்விக் கொள்கை என்பது கிடையாது. சொல்லப்போனால், கல்விதான் மிக அதிகமாக அதிகாரப் பரவல் செய்யப்பட்ட *(decentralized)* நிர்வாகப் பிரிவு. இந்தக் கல்விக் கொள்கையோ மாநிலங்களின் அதிகாரங்களை முற்றிலும் பறிக்கும், ஏற்றுக் கொள்ளவே முடியாத அதிகாரக் குவிப்பு. முன் பருவக் கல்வியிலிருந்து, பல்கலைக் கழகம் வரை அனைத்து மட்டக் கல்வியும் மத்திய அரசினால் *micro-manage* செய்யப்படும்.

கல்வியில் முன்னணி மாநிலங்களில் ஒன்றான தமிழ் நாட்டின் தேவைகளும், மிகவும் பின் தங்கி இருக்கும் பல மாநிலங்களின் தேவைகளும் மிகவும் வேறுபட்டவை.

அரசியல் சாசனத்தில் ஆரம்பத்தில் மாநிலப் பட்டியலிலிருந்த கல்வி ஒத்திசைவுப் பட்டியலுக்கு *(Concurrent List)* மாற்றப்பட்டது என்பதே பெரும் தவறு. ஆனால், இந்தக் கல்விக் கொள்கை ஒத்திசைவுப் பட்டியலிலிருந்து மத்தியப் பட்டியலுக்கே கல்வியை மாற்றுகிறது. ஒத்திசைவுப் பட்டியல் என்பதன் பொருள் என்ன? மாநில அரசுகளைக் கலந்து கொண்டுதான், ஒத்திசைவின் வழிதான் கல்வி தொடர்பான அனைத்து முடிவுகளும் எடுக்கப்பட வேண்டும். எதேச்சதிகாரமாக இயங்குவது அல்ல.

இக் கொள்கையின்படி, உயர் கல்வி நிறுவனங்களுக்குள் காலடி எடுத்து வைக்க வேண்டுமென்றால், அது மத்திய அரசு நடத்தும் நுழைவுத் தேர்வுகளில் தேர்ச்சி பெற்றால் மட்டுமே இயலும்.

மருத்துவக் கல்விக்கான நுழைவுத் தேர்வு NEET, எழுப்பிய புயல் இன்னும் அடங்கவில்லை.

தமிழக மாணவர்கள் NEET தேர்வை எதிர்கொள்ள முடியாமல் மடிந்து கொண்டிருக்கின்றனர். அதற்குள் இந்தக் கொள்கை ஒரு புதிய அடியாகத் தலையில் விழுகிறது. இனி உயர் கல்வியின் எந்தப் பிரிவாயினும், இளம் கலை (B.A.), இளம் அறிவியல் (B.Sc.,), இளம் வணிகவியல் (B.Com) எதுவாயினும், அல்லது தொழிற்கல்வியாயினும் NEET போன்ற, நாடு முழுவதற்கும் ஒரே தேர்வாக மத்திய அரசின் National Testing Agency நடத்தும் நுழைவுத் தேர்வில் தேர்ச்சி பெற்றால்தான் இடம் பெற முடியும். இப்பொழுது CUET, Central Universities Entrance Test, என்பதும் நடைமுறைக்கு வந்துவிட்டது. நம் மாநிலத்தில் இருக்கும் நடுவண் அரசின் உயர் கல்வி நிறுவனங்களிலும் இந்தத் தேர்வுகளில் தேர்ச்சி பெற்றால்தான் சேர முடியும். அப்படி என்றால், மாநிலங்கள் தங்கள் பாடத்திட்டத்தின்படி நடத்தும் பள்ளி இறுதித் தேர்வுகள் தேவையற்றவை, பயனற்றவை.

'நீட்' தோன்றியவுடனேயே, அதன் பிரிக்க முடியாத இரட்டையர்களாக ஏராளமான கோச்சிங் நிறுவனங்கள் நாடு முழுவதும் முளைத்துவிட்டன. இவற்றில் ஓராண்டு, ஈராண்டு, ஏராளமான பணத்தைக் கொட்டிப் படித்தால் மட்டுமே நீட்டில் தேர்ச்சி பெற முடியும் என்பது நிதர்சனமாக நிரூபிக்கப்பட்டுவிட்டது. மத்தியில் நடத்தப்படும் நுழைவுத் தேர்வுகள், கொடிய ஏற்றத் தாழ்வுகளை உருவாக்குகின்றன. இனி உயர் கல்வி முழுதுமே வசதி பெற்றோருக்கு மட்டுமே உரியதாகி, ஏற்கெனவே ஒடுக்கப்பட்ட, ஓரங்கட்டப்பட்ட பெரும்பாலான மாணவர்களுக்கு எட்டாக் கனியாகி விடும்.

மத்தியில் நடக்கவிருக்கும் அதிகாரக் குவிப்பிற்கென்று, கல்வியின் அனைத்துப் பிரிவுகளையும் கட்டுப்படுத்துவதற்காக, ஏராளமான நிறுவனங்கள் அமைக்கப்படுகின்றன. தேசியக் கல்வி ஆணையம் (National Education Commission), தேசியத் தேர்வாணையம் (National Testing Agency), அதிகாரம் பெருமளவு அதிகரிக்கப்பட்ட Central Advisory Board of Education, Higher Education Council இன்னும் பல. இவைதான் ஒவ்வொரு பிரிவிலும் முழு இறுதி அதிகாரம் கொண்டவை. மாநில அரசுகளுக்கு எந்த அதிகாரங்களும் கிடையாது. கல்வித் திட்டம் உருவாக்கும், கல்வி நிறுவனங்களைக் காண்காணிக்கும், கட்டுப்படுத்தும், தேர்வு நடத்தும், பட்டமளிக்கும்

எந்த அதிகாரங்களும் கிடையாது. அதிகாரப் பகிர்வளிக்கும் கூட்டாட்சி என்பது நம் அரசியல் சாசனத்தின் மாற்ற முடியாத அடிப்படை (Basic structure). அதனை முழுவதும் அழித்தொழிக்கும் முயற்சி இது.

மாநில சுய ஆட்சி என்பது தமிழ் மண்ணின் நீண்ட கால ஆதார நம்பிக்கை. அண்ணா அவர்களின் "மாநில சுய ஆட்சி, மத்தியில் கூட்டாட்சி" என்ற தாரக மந்திரம் தமிழ் வானில் பொறிக்கப்பட்ட அழிக்கவியலா அரசியல் தர்மம். இன்றைய தமிழக அரசு எந்த வகையிலும் இதில் சமரசம் செய்து கொண்ட பழிச் சொல்லுக்கு ஆளாகக் கூடாது என்று கேட்டுக் கொள்கிறோம்.

தனியார்மயம்

இந்தக் கொள்கை தங்கு தடையற்ற தனியார்மயத்திற்கு அனைத்துக் கதவுகளையும் திறந்து விடுகிறது.

தனியார் கல்வி நிறுவனங்களைக் கண்காணிக்கும், கட்டுப்படுத்தும் மாநில அரசின் பங்கையும், அதிகாரங்களையும், வலிமைப்படுத்துவதற்கு மாறாக, அவற்றிற்கு முழு சுதந்திரமும், அதிகாரங்களும் அளிக்கப்படுகின்றன. கட்டண நிர்ணயத்திலிருந்து, பட்டங்கள் அளிப்பது வரை அனைத்திலும் எந்தக் கேள்வியும் கேட்கப்பட மாட்டாது. தனியார் கல்வி நிறுவனங்களைக் கட்டுப்படுத்தல், Regulatory system, எப்படி இருக்குமென்றால், "light, but tight" என்று சொல்கிறது. அதற்கு என்ன பொருள் என்று தெரியவில்லை. அவை கொள்ளை நோக்குடன் செயல்பட்டால் என்ன செய்வது? அப்பொழுதும் மாநில அரசு அவர்களைக் கேள்வி கேட்கக் கூடாது. இத்தகைய கல்வி நிறுவனங்களைப் பொறுத்தவரையில் பிரச்சனையே அரசு அவற்றைக் கட்டுப்படுத்த முனைவதுதான் என்று கொள்கை சொல்கிறது. அவைகளை சுதந்திரமாக இயங்க விட்டுவிட்டால், கல்வி நிலையங்களைச் சிறப்பாக நடத்துவார்கள்; கல்வி பெரும் வளர்ச்சி அடையும் என்று சொல்கிறது.

கல்வி முழுதும் வணிகப் பண்டமாகி, சந்தையில் கூவி விற்கப்படப் போகிறது. கல்வியில் போட்டி கடுமையாகப் போகிறது. மனிதனை மனிதன் விழுங்கும் போட்டி உலகத்திற்குக் குழந்தைகள் பலியிடப்படுவது இன்னும் கடுமையாகப் போகிறது. நம் பழம் ஏற்றத் தாழ்வுகளும், நவீன ஏற்றத்தாழ்வுகளும் இன்னும் தீவிரமடையப் போகின்றன

அத்துடன், மாற்று வகைப் பள்ளிகளாக (Alternate models) குருகுலப் பள்ளிகள், பாடசாலைகள், மதரசாக்கள் போன்றவையும் பள்ளிகள் நடத்தலாம்.

தனியார்மயத்தை ஊக்குவிக்கும் கொள்கை, தனியார் துறை 'Non-Profit', லாப நோக்கில் இயங்காத துறையாக விளங்கும் என்று மீண்டும் மீண்டும் சொல்கிறது. கல்வி தர்மமாக, சேவையாக அளிக்கப்படும் என்று சொல்கிறது. தனியார் கல்வி நிறுவனங்களின் கேட்பாரற்ற கொள்ளையும், லாபம் குவிக்கும் முக்கிய துறையாக அது மாறிவிட்டதும் இன்றைய பெரும் சமூகக் கேடாகி விட்ட காலத்தில், அது சேவை மனப்பான்மை கொண்டு ஒளிரும் என்று சொல்வது பெரும் ஏமாற்று வேலையே.

பள்ளிக் கல்வியை நெறிப்படுத்துவது கல்வி உரிமைச் சட்டம், 2009. இந்த தேசியக் கல்விக் கொள்கை சட்டத்தின் வரைவுகளை மோசமாக நீர்த்துப் போகச் செய்கிறது. சட்டம் 'flexible' ஆக்கப்படும் என்று சொல்கிறது. அதாவது அது நிர்ணயித்திருக்கும் தர வரைவுகள் (Norms and Standards), ஒரு பள்ளிக்கான உட்கட்டமைப்பு, ஆசிரியர் தேவை போன்ற அடிப்படைகள் காற்றில் விடப்படும். ஒரு பள்ளிக்கு இலக்கணமான தேவைகள் (inputs) வலியுறுத்தப்பட மாட்டாது, மாறாக, outcome, அது செய்து முடிப்பது மட்டுமே கணக்கில் எடுத்துக் கொள்ளப்படும். அதாவது, ஒரு பள்ளி நிறுவுவதற்கும், நடத்துவதற்கும் எந்த வரையறைகளும் தேவையில்லை. யார் வேண்டுமானாலும் பள்ளியை நிறுவலாம், நடத்தலாம். Inputs பற்றிய அடிப்படைகள் தேவை இல்லை என்றால், கல்வியின் தரத்தை எப்படிக் காக்க முடியும்? கொள்கை முழுதும் தரத்தை உயர்த்தப் போவதாக ஓயாமல் பேசும் இக் கொள்கை இப்பொழுது இருக்கும் தரத்தையும் இழக்கும் நிலைக்குத்தான் கொண்டு செல்லப் போகிறது.

கொள்கையில் ஏகப்பட்ட முரண்பாடுகள். சிறு குழந்தைகள் பாடத் திட்ட சுமையால் தவிக்கின்றனர் என்றும், கல்வியே மனப்பாடமாகி விட்டது என்றும் அங்கலாய்க்கும் கொள்கை, பிஞ்சுக் குழந்தைகள் மூன்று மொழிகள் கற்க வேண்டும் என்கிறது; ஒன்றாம் வகுப்பிலிருந்து இரண்டு மொழிகளும், மூன்றாம் வகுப்பிலிருந்து மூன்று மொழிகளும் கற்க வேண்டும். இது குழந்தைகளின் முதுகொடிக்கும் பாறாங்கல் சுமையில்லையா?

அத்துடன், 3, 5, 8 வகுப்புகளில் மாணவர் தங்கள் பள்ளிகளிலேயே பொதுத் தேர்வுகள் எழுத வேண்டுமென்பது மற்றொரு

கண்டனத்திற்குரிய அம்சம். தேர்வுகள், அதிலும் பொதுத் தேர்வுகள் மாணவர்களுக்குப் பெரும் மன உளைச்சலை அளிக்கும், பேயாக அவர்களை அச்சுறுத்தும் கொடுமை; குழந்தைகள் மேல் ஏவப்படும் வன்முறை; மன்னிக்கவியலா குற்றம். உலகெங்கும் பொதுத் தேர்வுகள் என்பதே அறியாத ஒன்று. வகுப்பு ஆசிரியர்கள்தான் மாணவர்கள் ஒவ்வொருவரையும் ஆண்டு முழுதும் அக்கறையுடன் கவனித்து, அவர்களின் ஒவ்வொரு திறனையும் மதிப்பிடுகிறார்கள். பின் தங்கிய மாணவரையும், தனி கவனம் செலுத்தி, திறன்களை அடையச் செய்கின்றனர். உலக நாடுகளின் தரத்திற்கு விரைவில் இந்தியாவை உயர்த்தப் போகிறோம் என்று மார்தட்டும் மத்திய அரசு, அவர்களது கல்வி முறையிலிருந்து முற்றிலும் முரண்படுவது நகைமுரண்.

உயர் கல்வி முற்றிலும் புரட்டிப் போடும் பெரும் மாற்றங்களுக்கு உள்ளாகும்; மாநிலங்களின் உரிமைகள் முழுவதும் பறிபோகும்; கல்வி நிறுவனங்கள் எந்தக் கட்டுப்பாடும் இன்றி, தன்னிச்சையாக இயங்கும் சுதந்திரம் பெறும். இன்று இருக்கும் உயர் கல்வி அமைப்பு முற்றிலும் மாற்றப்பட்டு, சிறு கல்லூரிகள் மூடப்பட்டு, அவைகளைக் கட்டுப்படுத்தும் இன்றைய பல்கலைக்கழகங்களும் மூடப்படும். பிரம்மாண்ட அளவில் பல்லாயிரம் மாணவர்கள் கற்கும் பல்கலைக் கழகங்கள் உருவாகும். சிறந்த மனித நேயம் வளர்க்கும், (Liberal education), பல்துறைத் திறன்களை வளர்க்கும் பரந்த பெரும் பல்கலைக்கழகங்கள் உருவாகும் என்றும், இவை "அனைத்துக் குடிமக்களுக்கும் கல்வி அளிப்பவையாகத் திகழும்" ('to which all citizens must have access') என்றும், இத்தகைய உயர் கல்விதான் இந்தியாவை 21ஆம் நூற்றாண்டின் உலகத் தலைமைக்கு எடுத்துச் செல்லும் என்றும் கொள்கை சொல்கிறது.

உயர் கல்விப் பகுதிக்கான குறிக்கோள், இன்று உயர் கல்வி பெறும் மாணவர் எண்ணிக்கை 50%மாக உயரும் என்கிறது. இன்று இந்தியாவின் GER, Gross Enrolment Ratio, உயர் கல்வியில் சேருவோர் விகிதம் 26.3% தான் (2018). சீனாவில் 51%, வளர்ந்த நாடுகளில் 80%க்கும் மேல். இது எப்படி 2035ஆம் ஆண்டுக்குள் இரு மடங்கு ஆகப் போகிறது? இது வரை உயர் கல்வி நிறுவனங்களுக்குள் நுழைய முடியாமல் ஏங்கும் அந்த 75%த்தினர் யார்? நம் சமுதாயத்தில் காலம்காலமாக கல்வி மறுக்கப்பட்டவர்கள், பட்டியலின, பழங்குடியின, மிகவும் பின் தங்கிய, சிறுபான்மை இனங்களைச் சேர்ந்த, மற்ற பொருளாதாரத்தில் பின் தங்கியவர்தான். இப்பிரிவினரில் பள்ளியில் சேரும் மாணவரில்

மிகப் பெரும்பாலோர் பள்ளிக் கல்வியின் பல கட்டங்களில் வெளியேறிவிட்டு, ஒரு சிறு பகுதியினர்தான் உயர் கல்வி பெரும் தகுதியை இன்று பெற்றிருப்பவர்கள். மற்றவர்கள் உயர் கல்வி பெற வேண்டுமென்றால், அது முழுதும் இலவசமாகக் கிடைத்து, பல ஊக்குவிப்புகளும் இருந்தால்தான் இயலும். அதற்கு இந்தப் புதிய ஏற்பாடு வைத்திருக்கும் தாரக மந்திரம் என்ன? பெரும்பாலானவரை வடிகட்டித் தள்ளும் நுழைவுத் தேர்வுகள், அனைத்து மட்டங்களிலும் தனியார் வசம் ஒப்படைக்கப்பட்டு, சந்தைப் பொருளான கல்வி அமைப்பு. இதில் விடுபட்டவர் இணைவதற்கான வழி எங்கே? ஏற்கெனவே உள்ள 26.3%மும் பாதியாகக் குறையும் அபாயம்தான் தலை தூக்குகிறது.

இத்துடன், 2030க்குள் 500 வெளிநாட்டுப் பல்கலைக்கழகங்கள் மேளதாளத்துடன் வரவேற்கப்படவிருக்கின்றன. நாட்டில் ஏற்கெனவே இருக்கும் 800க்கும் மேற்பட்ட பல்கலைக்கழகங்களையும், பல்லாயிரக்கணக்கான கல்லூரிகளையும் செழுமைப்படுத்துவதற்கு பதில் வெளி நாட்டுப் பல்கலைகள் இங்கு ஏன்? இவற்றால் பயன்படக் கூடிய மாணவர் யார்? நிச்சயம் இன்று விடுபட்டவர்கள் அல்ல.

சமூக நீதியும், இட ஒதுக்கீடும் பறிக்கப்படும்

சமூக நீதியும், இட ஒதுக்கீடும் தமிழ் நாட்டின் மகத்தான பெருமையும், சாதனையும் ஆகும். இந்தியாவிற்கே வழி காட்டியாக நிற்கும் மாநிலம் தமிழ் நாடு. இந்தக் கல்விக் கொள்கை அதைப் பறித்து விடும் பெரும் அபாயம் இருக்கிறது. கொள்கை முழுதிலும் 'இட ஒடுக்கீடு' என்ற வார்த்தையே இல்லை. நமது அரசியல் சாசனமும், அனைத்துச் சட்டங்களும் பயன்படுத்தும் எஸ்.சி., எஸ்.டி., பிற்படுத்தப்பட்டோர் என்ற சொற்களே பெரும்பாலும் பயன்படுத்தப்படவில்லை. மாறாக, Socially and Educationally Disadvantaged Groups,(SEDG) என்பதுதான் பயன்படுத்தப்படுகிறது. சாதிய ஏற்றத் தாழ்வுகளை அடிப்படையாகக் கொண்ட இந்தியாவில் சாதியப் பாகுபாடுகளை மறுக்கும், மறக்கும், மறைக்கும் முயற்சியா இது? கொள்கையில் என்னமோ ஒடுக்கப்பட்டவருக்கும், ஓரங்கட்டப்பட்டவருக்கும் சலுகைகள் அளிக்கப்படும் என்று சொல்லப்படுகிறது. நம் சமுதாயத்தில் கோடிக்கணக்கான குழந்தைகளும், இளைஞர்களும் இட ஒதுக்கீட்டின் மூலம்தான் கல்வி பெறமுடியும் என்ற நிலையில் இந்தக் கொள்கையால் அந்த

சமூக நீதி அடிப்படையே அழித்தொழிக்கப்படும் பேரபாயம் இருக்கிறது.

தனியார் கல்வி நிறுவனங்களைக் கட்டுப்படுத்தும் அதிகாரங்கள் மாநில அரசுகளுக்கு இல்லாதபோது, எவ்வாறு இட ஒதுக்கீட்டை வலியுறுத்த இயலும்?

தமிழ் நாட்டுக் கல்வியில் பின்னடைவு ஏற்படும் அபாயம்

தமிழ் நாடு இந்தியாவிலேயே கல்வியில் முன்னிலை வகிக்கும் மாநிலங்களில் ஒன்று. நாம் அடைந்திருக்கும் பல முன்னேற்றங்களை இழக்கும் அபாயம் ஏற்பட்டிருக்கிறது. இன்று உயர் கல்வியில் இந்தியாவின் G.E.R. (உயர் கல்வியில் சேரும் மாணவர் சதவிகிதம்) 26.3% தான். இதை 2030க்குள் 50% மாக உயர்த்த வேண்டும் என்ற இலக்கை இக் கொள்கை நிர்ணயிக்கிறது. தமிழ் நாடு ஏற்கெனவே 49% ஐ எட்டி விட்டது. ஆனால், இந்தக் கொள்கை நிறைவேறினால், இது குறையும் நிலை ஏற்படும்.

'நீட்' போன்ற நுழைவுத் தேர்வுகள் அனைத்து உயர் கல்விப் பாடப் பிரிவுகளுக்கும் மத்தியிலிருந்து National Testing Agency (தேசியத் தேர்வு மையம்) வழியே நடத்தப்படும்.

நீட் தேர்வு ஏற்படுத்தியிருக்கும் அநீதிகள் யாவும் பல மடங்கு அதிகரிக்கும். நீட் தேர்வில் வெற்றி பெற coaching centre களில் ஏராளமாகப் பணம் செலவழித்தால்தான் இயலும். இன்று தமிழ் நாட்டில் உயர் கல்வி கற்க வரும் பெரும்பாலான மாணவர்கள் இனி உயர் கல்வி நிறுவனங்களில் காலடி எடுத்து வைக்க முடியாது. நம் G.E.R. , 49% மிகவும் குறையும்.

அதேபோல், பள்ளிக் கல்வியிலும் தொடக்க நிலையிலேயே பின்னடைவு ஏற்படும் அபாயம் உள்ளது. இன்று தமிழ் நாட்டில் ஒவ்வொரு கிராமத்திலும் தொடக்கப் பள்ளிகள் இருக்கின்றன. அதனால்தான், தமிழ் நாடு பள்ளி மாணவர் சேர்க்கையில் அநேகமாக 100% ஐ எட்டிவிட்டது. ஆனால், இந்தக் கொள்கை school complexes என்று பெரும் பள்ளி வளாகங்களை உருவாக்கி, அவற்றைச் சுற்றிலுமுள்ள சிறு பள்ளிகள் அவற்றுடன் இணைக்கப்படும் நிலை ஏற்படும். குறைந்த மாணவர் எண்ணிக்கை உள்ள பள்ளிகள் மூடப்படும். தங்கள் கிராமத்தில் படித்துவந்த ஏழை மாணவர்கள் வெகுதூரம் பயணிக்க நேர்ந்தால் பள்ளியிலிருந்து விலகி விடுவர். குறிப்பாக, பெண் குழந்தைகளை

வெகு தூரம் உள்ள பள்ளிகளுக்கு அனுப்பப் பெற்றோர் தயங்குவர். அத்துடன் 3, 5, 8 வகுப்புகளில் தேர்வுகள் நடத்தப்படும் போது, அவற்றில் நல்ல மதிப்பெண் பெற இயலாத ஏழை மாணவர்களும் அதேபோல் பள்ளியை விட்டு விலகும் நிலை ஏற்படலாம். இவை அனைத்தும் சேர்ந்து நூறு சதவிகிதம் மாணவர் சேர்க்கை குறைந்துவிடும். காமராஜர் காலத்திலிருந்து பெற்ற பெரும் வளர்ச்சி தொலைந்து விடும்.

சமஸ்கிருதமும், இந்து மேல் சாதி கலாச்சாரமும் தமிழ் நாட்டில் திணிக்கப்படும்

மும்மொழிக் கொள்கையைத் தமிழ் நாடு நிராகரித்தாலும், மத்திய அரசு மறைமுகமாக சமஸ்கிருதத்தைத் திணிக்கும் முயற்சியைத் தொடங்கி விட்டது. அரசுப் பள்ளி மாணவருக்கு சமஸ்கிருதம் கற்பதற்கான உதவித் தொகை அளிக்கப்படும் என்று அறிவிக்கப்பட்டுள்ளது. சமஸ்கிருதத்தை வளர்க்க ஏராளமான நிதி ஒதுக்கீடு செய்யப்பட்டுள்ளது.

கொள்கை முழுதும் வலியுறுத்தப்படும் இந்திய கலாச்சாரம், இந்தியக் கல்விப் பாரம்பரியம் என்பவை எல்லாம் சமஸ்கிருதத்தில் வேர் கொண்ட, இந்து மேல் சாதிக் கல்விப் பாராம்பரியம் என்பது தெளிவு. அவை தமிழ் நாட்டின் கலாச்சாரப் பாரம்பரியத்திற்கு முற்றிலும் மாறுபட்டவை. கீழடியிலும், அதற்கும் முந்திய மகோன்னத சிந்து சமவெளி நாகரிகத்திலிருந்தும் தொடங்கும் தமிழக, திராவிட வரலாறு, பண்பாடு, பாரம்பரியம் அனைத்தும் மறைத்து, மறுத்து, அழிக்கப்படும்.

இத்தனை அபாயங்களும், இவற்றிற்கு மேலும் தாங்கி வந்திருக்கும் தேசிய கல்விக் கொள்கை, 2020 ஐத் தமிழக அரசு முற்றிலுமாக நிராகரிக்க வேண்டும். தமிழ் நாட்டின், மாண்பையும், இறையாண்மையையும் (இறையாண்மை தேசத்திற்கு மட்டும் உரியதல்ல; மாநிலங்களுக்கும் இறையாண்மை உண்டு), தமிழக மக்களின் உரிமைகளையும், அது எய்தியிருக்கும் பெருமை மிகு கல்வி சாதனைகளையும், தமிழ் மொழியையும், தமிழ் கலாச்சாரத்தையும் காக்கும் புனிதப் பொறுப்பு தமிழக அரசுக்கு உண்டு. தேசியக் கல்விக் கொள்கை, 2020 ஐ முற்றிலும் நிராகரிக்காமல், அரசு தன் பொறுப்பை நிறைவேற்ற இயலாது என்று சுட்டிக் காட்ட பள்ளிக் கல்வி பாதுகாப்பு இயக்கம் விழைகிறது.

இம் மாபெரும் தேசம் தழுவிய போராட்டத்தில் தமிழ் நாடு மட்டும் தனித்து நின்று போராடி வெல்வது கடினம். இந்தியாவின் அனைத்து மாநிலங்களும் ஒன்றிணைந்து மத்திய அரசின் எதேச்சாதிகாரத்தையும், நாட்டின் அடித்தளமாகிய கூட்டாட்சியை அழித்தொழிக்கும் முயற்சியையும் எதிர்த்து ஒத்த குரல் எழுப்ப வேண்டும்.

இப் பெரும் ஜனநாயகம் காக்கும் தேசிய இயக்கத்திற்குத் தமிழ் நாடு தலைமை தாங்க வேண்டும். அத் தலைமைக்கான முழுத் தகுதியும் தமிழ் நாடு பெற்றிருக்கின்றது. மாநில சுயாட்சி என்பது தமிழ் மண்ணின் நீண்ட கால ஆதார நம்பிக்கை. அண்ணா அவர்கள் அளித்த "மாநில சுயாட்சி, மத்தியில் கூட்டாட்சி" என்ற தாரக மந்திரம் தமிழ் வானில் பொறிக்கப்பட்ட அழிக்கவியலா அரசியல் தர்மம். அந்த சித்தாந்தத்தின் வழித் தோன்றலான திராவிட முன்னேற்றக் கழக அரசு மற்ற மாநிலங்களை இப் பெரும் பணிக்குத் திரட்டும் பொறுப்பை ஏற்க வேண்டும்.

III

இன்றய தமிழக அரசின் சில புதிய வரவேற்கத்தக்கத் திட்டங்கள்: வலிமைப் படுத்துதல்

தமிழ் நாட்டின் பள்ளிக் கல்வியின் பல்லாண்டு கால ஆழ்ந்த, ஆதாரப் பிரச்சனைகளைத் தீர்க்கும் முயற்சியில் தமிழக அரசு இன்று ஈடுபட்டிருப்பது பெரும் வரவேற்பிற்குறியது. ஆனால், அவை பல்லாண்டுப் பிரச்சனைகள் என்பதினால், ஆதாரப் பிரச்சனைகள் என்பதினால், பெரும் சவால்கள் மிக்கவை. சமுதாயத்தின் அனைத்துத் தரத்தினரின் ஆதரவைப் பெற்று, முன் எடுத்துச் செல்லப்பட வேண்டியவை. முதன்மையானவை:

- பள்ளி மேலாண்மைக் குழுக்கள்
- இல்லம் தேடிக் கல்வி

பள்ளி மேலாண்மைக் குழுக்கள்:

பள்ளிக் கல்வியில் செய்ய வேண்டிய, நாம் செய்ய விரும்பும் மாற்றங்கள் அனைத்திற்கும் அடித்தளம் ப.மே.கு.தான். மக்கள் மயமாகும் கல்வியின் முதல் படி. பெற்றோர்கள், பயனாளிகள், அருகமை உள்ளாட்சி உறுப்பினர்கள் கையில், உரிமையையும்,

பொறுப்பையும், அதிகாரத்தையும் ஒப்படைக்கும் மாபெரும் ஜனநாயகக் கனவு.

நம் கண் முன்னால் புதிய வரலாறு படைக்கப்படுகிறது. பள்ளி நிர்வாகம் என்பது அதிகாரப் பரவல் செய்யப்பட்ட, ஜனநாயக அமைப்பாக மாறுவதற்கான சாத்தியப்பாடுகள் உள்ளன என்ற நம்பிக்கை அளிக்கிறது.

கல்வி உரிமைச் சட்டம் பள்ளி மேலாண்மைக் குழுவை அவசிய அமைப்பாக வலியுறுத்தி இருக்கிறது. ஆனால், தமிழ் நாட்டில் இது 12 ஆண்டுகளாக முடமாகிக் கிடந்தது. பெயரளவில் அமைக்கப்பட்டு, கேலிக் கூத்தாகிக் கிடந்தது. இன்று உயிரூட்டப்பட்டுள்ளது. 'உயிர் ஊட்டப்பட்டுள்ளது' என்ற வார்த்தைகளைத் தெரிந்துதான் உபயோகிக்கிறோம். தானாக உயிர் பெறவில்லை. மக்களின் போராட்டத்தினால் உருவாகவில்லை. இது '*Demand driven*' இயக்கம் அல்ல. அவ்வாறு இதை மாற்ற வேண்டியது அவசியம்.

இந்தப் புதிய வரலாற்றின் பிறப்பிடம் எது? தமிழகப் பள்ளிக் கல்வித் துறையின் மேல்மட்ட அதிகாரிகள் சிலரின் அர்ப்பணம், மக்களிடம் வைத்த நம்பிக்கை, நிர்வாகத் திறமை ஆகியவற்றில் பிறப்பெடுத்த நீரோட்டம்.

முன் நிற்கும் சவால்கள் ஏராளம். மேலே பிறந்த நீரூற்று ஜீவ நதியாக வேண்டும்.

அரசுப் பள்ளி நிர்வாகத்தில் ஒடுக்கப்பட்ட பெற்றோருக்கு பங்கேற்பு உறுதி செய்யப்படுமா? அல்லது, முன்பு போல் ஏட்டில் நின்றுவிடுமா? பள்ளி மேலாண்மைக் குழு வேர்மட்ட ஜனநாயக அமைப்பு. ஜனநாயகத்தின் இலக்கணமான அதிகாரப் பரவல் (*decentralisation*), பயனாளிகள் பங்கேற்பு (*stakeholder participation*), நிறுவனக் கட்டுப்பாடு (*institutional accountability*) ஆகியவற்றில் நிலை கொண்டது. இத்தகைய உயர் விழுமியங்களெல்லாம் ஆதிக்கங்கள் கோலோச்சும் சமுதாயத்தில் சாத்தியமாகுமா? ஆதிக்கங்கள் உடைபட்டால்தான் சாத்தியமாகும்.

இந் நிலையை மாற்றுவதற்குப் பெரும் முயற்சிகள் தேவை. அடுத்த இரண்டு ஆண்டுகள் சோதனைக் காலம். பெற்றதைப் பேணிக் காக்க வேண்டிய காலம்.

அரசின் மேல் மட்டத்திலிருந்து ஆணைகள் பிறந்தால் போதாது. மொத்த சமூகத்தின் பங்கேற்பு தேவை. கல்வி ஆர்வலர்கள், பெற்றோர், சிவில் சமூக அமைப்பினர், முன்னாள் மாணவர் பலரும் முயற்சி செய்ய வேண்டும். வெளியிலிருந்து நேசக் கரம் நீட்டப்பட வேண்டும். பள்ளிகளின் அச்சம், கதவைத் திறப்பதும், புதிய காற்று வீசுவதும் உகந்ததல்ல என்ற அச்சம் போக்கப்பட வேண்டும். பெற்றோரும், சமூகமும் தங்கள் எதிரிகளல்ல, தோழர்கள் என்ற நம்பிக்கை பிறக்க வேண்டும்.

உள்ளாட்சிகளுக்குப் பள்ளி மேலாண்மைக் குழுவில் முக்கிய பங்கு உண்டு. ஊர்ப் பள்ளி நம் பள்ளி என்ற ஆழ்ந்த புரிதலுடன், அரவணைக்க வேண்டும். ஆதிக்கம் செலுத்துவதற்கு அல்ல; அர்ப்பணிப்புடன் வளர்த்து, பெருமை பெற என்ற பொறுப்புணர்வு மேலோங்க வேண்டும்.

விளிம்பு நிலையில் ஊசலாடிக் கொண்டிருக்கும் குரலற்ற ஒரு பெரும் மக்கள் திரள் தங்கள் குழந்தைகளின் எதிர் காலம் குறித்த நம்பிக்கைகளின் குவி மையமாகப் பள்ளி மேலாண்மைக் குழுவைக் காண வேண்டும்.

இல்லம் தேடிக் கல்வி

கொரோனாவின் சூறாவளித் தாக்கத்தில் உலக நாடுகள் அனைத்திலும் கல்வி சுக்கு நூறாக உடைந்தது. ஒரு தலைமுறையின் சோகம் இது.

கல்வி மீட்சிக்கான திட்டம் ஒன்றைத் தமிழக அரசு உருவாக்கியது. இந்தியாவில் வேறு எந்த மாநிலமும் சிந்திக்கத் துணியாத 'இல்லம் தேடிக் கல்வி' என்றத் திட்டம் இது. குழந்தைகளின் வசிப்பிடத்தில் மையங்கள் அமைத்து, மாலை நேரங்களில் தன்னார்வலர்களின் துணையுடன் நடக்கும். பெற்றோரும், ஊர் மக்களும் மையங்களை நிர்வகிப்பதில் பெரும் பங்கேற்பர். குழந்தைகள் இழந்ததை மீட்பர்; முன்பு காணாத புதியவற்றையும் பெறுவர் என்பது திட்டத்தின் நோக்கம். வகுப்பறையின் மூச்சு முட்டும் சூழலுக்கு மாற்றாக, மனப்பாடம் செய்து கொட்டும் புரியாத கற்றலுக்கு மாற்றாக, சுதந்திரக் காற்று வீச, பாடலும், ஆடலும், ஒலிக்க, குழந்தைகளின் கேள்விகளும், ஆரவாரமும் கட்டற்று பொங்கி வர, அவற்றை யெல்லாம் பெற்றோரும், ஊராரும் கண்டு மகிழ, கல்வி நடைபெறும் என்பது எதிர்பார்ப்பு. வரவேற்பையும், விமர்சனங்களையும், தாக்குதல்களையும் திட்டம் சந்தித்தது.

திட்டம் தொடங்கி ஓராண்டு கடந்த பின்... அதன் சொரூபமாக, வடிவமாகக் காட்சியளிப்பவர்கள் அதனை நடத்தும் தன்னார்வலர்கள். இரண்டு லட்சம் தன்னார்வலர்கள் இதனை குடியிருப்புகள் தோறும் நடத்துகின்றனர். அனைவரும் பெண்கள்; கிராமங்களில், சிற்றூர்களில் வீடுகளில் முடங்கிக் கிடந்த பெண்கள், பட்டதாரிகள், பள்ளி முடித்தவர்கள். திட்டம் நடக்கும் ஓராண்டில் லட்சக்கணக்கான மாணவர் இம் மையங்களில் பயனடைந்திருக்கின்றனர்.

திட்டம் குறுகிய காலத்திற்காக உருவாக்கப்பட்டது. கொரோனாவின் இழப்பை ஈடு செய்வதற்காக உருவாக்கப்பட்டது. விரைவில் முடிந்து விடும். ஆனால், வேறு வடிவத்தில் இது தொடரப்பட வேண்டும்.

பள்ளியையும், கிராமத்தையும் இணைக்கும் பாலமாகத் தொடர வேண்டும். பள்ளியும், கிராமமும் எந்த உறவும் இன்றி அன்னியப் பட்டுக் கிடத்தல் பள்ளியின், சமுதாயத்தின் பெரும் இழப்பு. இன்றைய இல்லம் தேடிக் கல்வி மையங்கள் கிராமக் கல்வி மையங்களாகத் தொடர வேண்டும். அவை கிராம/ சிற்றூர்/ நகர உள்ளாட்சிகளின் கீழ் கொண்டு வரப்பட வேண்டும். மையத்தை நடத்தும் பொறுப்பு இல்லம் தேடிக் கல்வி மைய தன்னார்வலர், பள்ளி மேலாண்மைக் குழுவின் கல்வி ஆர்வலராக நியமிக்கப்பட்டி ருப்பவரிடம் ஒப்படைக்கப்பட வேண்டும். மையத்தில் ஒரு சிறு நூலகம் அமைக்கப்பட வேண்டும். அருகமையில் இருக்கும் பள்ளி நூலகத்தில் பல ஆண்டுகளாக தூசு படிந்து கிடக்கும் புத்தகங்களில் சில இந்த மையத்திற்கு சுழற்சி முறையில் மாற்றப்பட வேண்டும். கிராமக் குழந்தைகள், பெரியவர் அனைவரும் இப் புத்தகங்களை வாசிக்கும் வாய்ப்பு அளிக்க வேண்டும்.